पुरुष ते पुरुषच...!

संजय प्रभाकर पाटील

प्रथम आवृत्ती : जून २०२२
भारतात प्रकाशित

ISBN: 978-93-94603-24-0

मुखपृष्ठ रचना: जया लोखंडे

STORYMIRROR
Stories that reflect you

प्रकाशक : स्टोरीमिरर इंफोटेक प्राईवेट लिमिटेड,
१४५, पहिला मजला, पवई प्लाझा,
हीरानंदानी गार्डन्स, पवई,
मुंबई - ४०००७६, भारत

Web: https://storymirror. com
Facebook: https://facebook. com/storymirror
Instagram: https://instagram. com/storymirror
Twitter: https://twitter. com/story_mirror
Email: marketing@storymirror. com

समर्पण

माझ्या लिखाणाला मग ती कांचन कादंबरी असो वा कथा. कविता असो वा गझल किंवा ललित साहित्य या सर्वांना उत्स्फूर्त प्रतिसाद देऊन आपल्या जीवनात मला लिखाणाच्या स्वरूपात प्रवेश देणाऱ्या माझ्या सर्व दर्दी रसिक वाचकांना समर्पित.......

❑❑

प्रस्तावना

स्त्रीला एक वस्तूच नव्हे... तर एक भोगवस्तू मानले जाते. अशी पुरुषी मानसिकता दिसून येते. त्यामुळे ती स्त्री ना घरात सुरक्षित आहे ना कामाच्या ठिकाणी ना रस्त्यावर सुरक्षित आहे.

काहीवेळा ती घरात असेल तरी तिच्यावर ओळखीच्या व्यक्तींकडून अत्याचार होतात आणि बाहेर असली तरी तिला अनोळखी पुरुषांचा त्रास भोगावा लागतो. अशी मानसिक कोंडी स्त्रीची झालेली दिसून येते.

एका बाजूला स्त्रीला देवी म्हणून पूजले जाते तर दुसरीकडे तिला भोगवस्तू म्हणून वागणूक दिली जाते.

स्त्रीची विविध रूपं आहेत. तशा तिच्या व्यथाही वेगवेगळ्या आहेत. काही वेळा ती स्त्री खूप काही भोगत असते. पण ती आपल्या त्या व्यथा व्यक्त करत नाही किंबहुना ती त्या व्यथा व्यक्त करू शकत नाही. स्त्री तो अत्याचार चुपचाप सहन करत असते आणि ती आतल्या आत घुसमटत असते.

प्रत्येक पुरुष हा वाईट असतो असंही नाही. पण बहुतेक वेळा काही पुरुष स्त्रीला सहज काहीतरी बोलून जातात किंवा नको तसे वागून जातात. तिच्यावर कसलीतरी अश्लील कॉमेंट करून जातात. ते तिच्यावर कॉमेंट करून विसरूनही जातात.

कधी ते पुरुष तिला छेडून जातात तर काही छळून जातात. पण त्यांच्या या अशा वागण्याचा स्त्रीच्या मनावर खोलवर परिणाम होतो आणि बराच काळ तिच्या मनात त्या वेदना ठसून राहतात. त्या तिला छळत राहतात. हे

त्या पुरुषांच्या लक्षातही येत नाही.

हे पुरुष स्त्रीच्या मानसिकतेचा विचार करत नाहीत. तिला आपल्या विचित्र बोलण्याने किंवा वागण्याने किती त्रास होत असेल याची जाणीव बऱ्याच पुरुषांना होत नाही.

काही पुरुष तर गर्दीचा फायदा घेऊन स्त्रीला नको तसे स्पर्श करत असतात. त्या गर्दीत ती असहाय असते... हतबल असते. पण तिचा त्रास हा पुरुषांच्या कधीच लक्षात येत नाही.

स्त्री ही जबाबदारी म्हणून कोणी पुरुष स्वीकारत नाही तर स्त्री ही संधी आहे. अशा विचाराने तो स्त्रीकडे पाहतो आणि तिच्या असहाय्यतेचा गैरफायदा घेतो. तिचं मानसिक, शारीरिक आणि आर्थिक शोषणही करतो.

काहीवेळा तर एखादा नवरा त्याच्या कळत नकळत आपल्या बायकोला काही बोलून जातो. आपल्या बोलण्याचा किंवा वागण्याचा आपल्या बायकोवर काय परिणाम होईल हेही त्याच्या ध्यानात येत नाही. प्रेम विवाह केलेला नवराही आपल्या बायकोवर चारित्र्याचा संशय घेतो. तिला मारहाण करतो. तिच्यावर अत्याचार करतो.

स्त्रीच्या बाबतीत समाजात अनेक चुकीच्या गोष्टी अद्यापही घडत आहेत. त्यात बाल विवाह, हुंडा पद्धत, देवदासी, तलाक आणि कौमार्य चाचणी अशा अनेक गोष्टी आहेत. त्यात फक्त स्त्रीच भरडली जाते.

स्त्रीला स्वतःच्या शारीरिक समस्या असतात. कधी तिची मासिक पाळी, कधी तिची बाळंतपणं,कधी तिचे गर्भपात असे त्रास तिला असतात. त्यांचा तिच्या शरीरावरही परिणाम होत असतो. त्याचा विचार सहसा कोणी करत नाही.

स्त्रीच्या अशा समस्यांचा विचार करून या कथा लिहिलेल्या आहेत. सर्वच कथा काल्पनिक आहेत. पण त्या कथा कटू वास्तवाशी संबंधित आहेत.

❑❑

आभार

माझी पत्नी सौ. स्मिता आणि माझ्या मुली सौ. स्नेहल व सौ. गायत्री यांनी मला सतत प्रोत्साहन देऊन माझ्याकडून लिखाण करून घेतलं. तसेच माझ्या कथा वाचून त्यात योग्य त्या सूचना केल्या. त्या कथा पाठवण्याची जबाबदारी त्यांनीच घेतली. त्यांच्या अशा सहाय्याशिवाय हे पुस्तक प्रकाशित होणे अशक्यच होतं. त्यांचा मी खूप खूप आभारी आहे.

तसेच स्टोरीमिररचे श्री. अजिंक्य आणि त्यांच्या उपयुक्त अशा सहकार्यामुळे कथांचे हे पुस्तक प्रकाशित झाले आहे. आणि वाचकांसमोर हे पुस्तक सादर करता आले. त्याबद्दल मी त्यांचा ऋणी आहे.

माझे चोखंदळ वाचक आणि हितचिंतक ज्यांनी मला लिहिण्यास प्रोत्साहन दिलं आणि माझ्या लेखनाचं कौतुक केलं. त्यांच्याशिवाय या कथा लेखन व्यर्थ ठरलं असतं. त्यांनी आपला अमूल्य वेळ देऊन या कथा वाचल्या आणि कौतुक केलं. अशा रसिक वाचकांचे मनःपूर्वक आभार..!

संजय प्रभाकर पाटील

प्रास्ताविक

पुरुषांचे स्त्रीसोबत चांगले किंवा वाईट वर्तन याबद्दलच्या कथा या पुस्तकात आहेत. बहुतांशी पुरुष हा स्त्रीला आपला मालकी हक्क असलेली एक वस्तू मानतो आणि तिच्याशी गैरवर्तन करतो. त्यात तो तिचा मानसिक, शारीरिक आणि आर्थिक छळ करतो. हे सर्व चुपचाप सहन करताना त्या स्त्रीच्या काय भावना असतात. त्या व्यक्त न झालेल्या भावना मांडण्याचा प्रयत्न या कथांमध्ये केला आहे.

❑❑

अनुक्रम

❑❑

१

पिशवी

“अरे..! ती पिशवी कोणाच्या तरी मालकीची असेल..! मी त्या पिशवीला कसा काय हात लावू..?”

तिच्या शेजारी उभा असलेला पुरुष चिडून बोलला. तसा तिला त्याचा राग आला आणि त्याची किळसही आली.

दुपारी अकरा साडेअकराच्या सुमारास लोकलने ती दादरहून डोंबिवलीला निघाली होती..!

तशी गाडीत फारशी गर्दी नव्हती. पण तिला बसायला जागा मिळाली नव्हती. त्यामुळे ती दोन बेंचच्या मधल्या जागेत उभी होती आणि तिच्या शेजारी एक जण उभा होता.

ती तरुण होती आणि सुंदर होती..!

आणि महत्त्वाचं म्हणजे ती एकटी होती. म्हणजे तिच्यासोबत दुसरं पुरुष वगैरे कोणी नव्हतं.

एकटी स्त्री म्हणजे पुरुषाला संधीच असते. त्या एकट्या स्त्रीला तो कधीच आपली जबाबदारी समजत नाही आणि तिचा गैरफायदा घेतल्याशिवाय राहत नाही..!

आताही तेच झालं होतं..!

ती गर्दीत एकटीच उभी होती. बाकीचे सर्व पुरुष आरामात बसलेले होते. कोणीही ती एक स्त्री आहे आणि गर्दीत चेंगरत आहे किंवा ती कुणा कुणाचे धक्के खात आहे याचा विचार करत नव्हतं. उलट ते आपलेच हात पाय पसरून बसलेले होते.

त्या गर्दीत कोणी पेंगत होतं तर कोणी आपल्या मोबाईलमध्ये काही तरी शोधत होतं..! आणि या दोन प्रकारात नसलेले काही जण तिच्याकडे पाहत होते. आपला टाईम पास करत होते आणि नेत्र सुखाचा आनंद घेत होते.

तिच्या शेजारी असलेला माणूस मात्र तिला अगदी चिकटून उभा होता. तो स्पर्श सुखाचा आनंद घेत होता आणि तिला मात्र त्रास देत होता. ती आपलं अंग चोरुन उभी होती. तरीही त्याचा नकोसा स्पर्श तिला होतच होता.

त्याचवेळी खिडकीजवळ आरामात बसलेल्या एकाने तिच्याकडे आणि तिची अवघडलेली अवस्था पाहिली. आणि तिच्या शेजारी उभ्या असलेल्या त्या माणसाला म्हटला...

"जरा ती पिशवी बाजूला सरकवा ना..! म्हणजे व्यवस्थित उभं राहता येईल..!"

पण त्या माणसाने त्याच्या बोलण्याकडे दुर्लक्ष केलं. कारण त्याला तसं व्यवस्थित उभं राहायचं नव्हतंच.

त्याला तिच्याजवळ तिला स्पर्श करता येईल असंच उभं राहायचं होतं. त्याने आपल्या बोलण्याकडे दुर्लक्ष केलेलं पाहून तो खिडकीशेजारी बसलेला माणूस पुन्हा त्याला म्हटला...

"अहो..! असं काय करता..? मी काय म्हणतो..! ती पिशवी जरा बाजूला सरकवा ना..!"

तसा तो माणूस त्याच्यावर चिडला...

“काय लावलं आहे केव्हाचं..! ती पिशवी सरकवा..! ती पिशवी सरकवा..!”

आणि मग थोडा विचार करून पुन्हा त्याला म्हटला....

“अरे ती कोणाची पिशवी आहे..? ते मला माहिती नाही..! आणि कोणाच्या मालकीची पिशवी आहे तेही मला माहिती नाही..!

मग मी कोणाच्या मालकीच्या वस्तूला कसा काय हात लावू...? मला काय अधिकार आहे त्या पिशवीला स्पर्श करण्याचा..! मी नाही हात लावणार त्या पिशवीला..!”

त्या माणसाने असं म्हणताच तिने त्या शेजारी उभ्या असलेल्या आणि तिला नको ते स्पर्श करणाऱ्या पुरुषाकडे रागाने पाहिलं..!

आणि तिच्या ओठांवर रागाने नको ते शब्द आले होते. पण स्त्री सुलभ लज्जेने ती मनात म्हटली...

“मेल्या..! कधीचा मला स्पर्श करतोय. मला धक्का मारतोय..! मी काय तुझ्या मालकीची आहे..! मला स्पर्श करायचा कोणी अधिकार दिला आहे तुला..? मला नको तसे स्पर्श करत आहे..!”

असा विचार करत तिने पुन्हा एकदा त्याच्याकडे रागाने पाहिलं. तिच्या नजरेचा अर्थ त्याला कळला.

पण ती एकटी आहे हे पाहून त्याने तिला पुन्हा धक्का मारला आणि “ह्या ह्या...!” करत बाजूला झाला.

तिला त्याचा प्रचंड राग आला पण नाईलाजाने ती शांत उभी राहिली..!

तिला मनात आलं...

“एका स्त्रीची किंमत एका साध्या पिशवीपेक्षा ही कमी आहे की काय..!

ती पिशवी दुसऱ्याची आहे म्हणून हात न लावणारा पुरुष मला सहजगत्या नको तिथे... नको तसा स्पर्श करतो आहे..!

जो पुरुष साध्या निर्जीव पिशवीला जो नियम लावतो तोच नियम स्त्रीच्या बाबतीत लावत नाही..! त्या निर्जीव पिशवीपेक्षाही स्त्रीची किंमत कमी वाटते या पुरुषांना..! काय पुरुषाची जात आहे मेली..!

खरं आहे..! पुरुष ते पुरुषच...! ते कधी स्त्रीला समजून घेणार नाहीत..! तिला भोगवस्तू समजून एखाद्या वस्तूपेक्षाही कमी किंमत स्त्रीला देतील..!"

असं म्हणून तिने जीवाची तगमग शांत केली आणि शांत चित्ताने तशीच उभी राहिली... तिचं स्टेशन येईपर्यंत..!

❑❑

२

तिची आवड

"मीच माझ्या मनाने ऑर्डर दिली आहे..! चालेल ना तुला..!"

त्याने वेटरला ऑर्डर दिली आणि तिच्याकडे पाहून तिला म्हटला. तशी ती त्याच्याकडे पाहतच राहिली.

ती दिसायला सुंदर होती. ती मनाने संवेदनशील होती आणि स्वभावाने साधी भोळी होती.

ती जरा मितभाषी होती. स्त्री ही पुरुषापेक्षा जास्त सहनशील असते. या गोष्टीला तीही अपवाद नव्हती. तीही सहनशील होती. ती आपल्या मनातील गोष्टी मनातच ठेवत असे आणि त्या गोष्टीचं दुःख ती एकटीच सहन करत असे.

तिच्या लग्नानंतर हनिमूनसाठी ते दोघे थंड हवेच्या ठिकाणी गेले होते. तेथे हॉटेलमध्ये त्याने वेटरला जेवणाची ऑर्डर दिली आणि तिच्याकडे पाहून तिला म्हटला...

"सॉरी हं..! मी माझ्या मनानेच ऑर्डर दिली..! मी तुला तुझी आवड विचारलीच नाही..!

आता माझी आवड ती तुझी आवड आहे ना..! म्हणून मीच ऑर्डर दिली..! चालेल ना तुला..?"

तशी ती विषादाने हसली आणि त्याच्याकडे पाहत आश्चर्याने म्हटली...

"माझी आवड..!"

या जीवनात कधी कोणी विचारली माझी आवड..? असा विचार तिच्या मनात आला आणि तिला तिचा भूतकाळ आठवला...

ती लहान असताना तिच्या घरीही कोणी तिची आवड विचारली नव्हती. घरातील सर्वजण तिच्या भावालाच त्याची आवड विचारायचे आणि त्याच्या आवडीमध्ये तिचीही आवड गृहीत धरली जायची.

त्यानंतरही तिने काय शिकावं हेही तिच्या बाबांनीच ठरवलं आणि ती शिकत राहिली. आपली आवड बाजूला ठेवून..!

त्या शिक्षणात ती प्रगती करू लागली... तर तिच्या बाबांनी तिचं शिक्षण थांबवलं. तेही तिची इच्छा लक्षात न घेता..! तिला काहीही न विचारता..!

इतकंच काय..?

तिच्या लग्नाचंही त्यांनीच ठरवलं..! तिला न विचारता तिच्या बाबांनी तिच्यासाठी मुलगा ठरवला त्यांच्या आवडीचा..! तिची पसंती न विचारताच त्यांच्या पसंतीचा मुलगा ठरवला.

मला जो मुलगा पसंत होता... ज्याच्यावर मी मनापासून प्रेम केलं होतं... तो तर तसाच माझ्या मनातच राहून गेला..!

आणि या मुलाशी माझं लग्न करून दिलं... ज्याला मी आधी कधी पाहिलं नव्हतं की ज्याला या आधी मी कधी भेटले नव्हते. आता त्याच्यासोबत माझ्या आयुष्याची गाठ बांधून दिली होती..!

याच मुलाने हनिमूनला कुठे जायचे..?तुला कुठे फिरायला आवडेल..? हेही त्याने तिला विचारलं नव्हतं. तिला काहीही न विचारता स्वतःच्या आवडीने तो इथे घेऊन आला होता. कारण ते ठिकाण त्याच्या खास आवडीचं होतं.

आणि आताही त्याच पुरुषाने मला साध्या जेवणाचीही आवड विचारली नाही.

"तुला काय खायला आवडतं..? तुला पुलाव खायला आवडेल का..? का अजून दुसरं तुझ्या आवडीचं मागवू या..!"

असं ही त्याने विचारलं नव्हतं आणि स्वतःच्या आवडीचा पुलाव मागवला होता... जो तिच्या बिलकुल आवडीचा नव्हता..!

पुढे तरी तो माझ्या आवडी निवडीला किती महत्त्व देईन..? हे तर तो लग्नाच्या गाठी स्वर्गात बांधणारा देवच जाणे..!

या सर्व गोष्टी आठवून तिच्या मनात विचार आला...

"कधी... कुठे कोणत्या स्त्रीला तिची आवड विचारली जाते..? कोणता पुरुष तिची आवड समजून घेतो..? कोणता पुरुष तिच्या मनाची इच्छा समजू शकतो..? कोणता पुरुष तिचं दुःख आणि तिची वेदना समजू शकतो..?

अगदी बेडवर जातानाही तिच्या मनाचा कुठे विचार केला जातो..! तिला कुठे तिची इच्छा विचारली जाते..? तेथेही जे काही घडतं ते त्या पुरुषाच्या आवडीने आणि त्याच्याच मनाने... आणि त्याच्याच इच्छेने..!

स्त्रीला कुठे स्वतःची आवड असते..! स्त्री तर त्याच्या आवडीतच आपली आवड हरवून टाकते..!"

आताही ती तिच्या प्लेटमधील तो पुलाव चमच्याने नुसताच हलवत होती आणि काही न बोलता अनिच्छेनेच पुलाव कसाबसा घशात लोटत होती. तो मात्र तिचा विचार न करता खूप आवडीने आणि चवीने पुलाव खात होता..!

ते पाहून तिच्या पोटात आणि मनातही मळमळून आलं होतं.

ती अस्वस्थ झाली आणि तिच्या हृदयातील दुःख अश्रुंच्या रूपाने बाहेर आलं होतं..!

❑❑

३

स्वातंत्र्य

संध्याकाळी ऑफिसमधून नीला घरी आली. गाडीतील गर्दी, दोन तासांचा प्रवास आणि ऑफिसमधील काम यामुळे तिला शीण आला होता.

ती थकून भागून घरी आली आणि घरी येवून प्रथम तिनं कपडे बदलले. चेहरा धुवून थोडी फ्रेश झाली.

ती चहा ठेवण्यासाठी आपला ओला चेहरा पुसत पुसत स्वयंपाक घरात गेली.

तिने स्वयंपाक घरात जावून पाहिलं तर सकाळची भांडी तशीच पडलेली दिसत होती.

"शांताबाई अजून आलेली दिसत नाही..! काय उशीर झाला कोण जाणे?"

असा विचार करुन तिनं स्वतःच चहाचं पातेलं धुतलं नि चहा टाकला तोच...

"टिंग टिंग!"

घराची बेल वाजली. तिने हातातील टॉवेल तसाच फेकला आणि ती तशीच धावत गेली. तिनं दरवाजा उघडला. तिच्या दारात तिची कामवाली शांताबाई उभी होती.

"शांताबाई तू..! आज इतका उशीर का झाला ग..?

ती काहीच बोलली नाही. आपली मान खाली घालून उभी होती. ती काही बोलत नाही पाहून नीलाने तिला विचारलं...

"शांताबाई..! अग काय झाले..? तू बोलत का नाहीस..? अन् हे चेहऱ्यावर काय लागलं..?

शांताबाईच्या डोळ्यात अश्रू आले. ती गुपचुप आसवं गाळू लागली.

"शांताबाई बैस..! थोडा चहा घे..!"

नीलाने आपल्यासाठी केलेला चहा शांताबाईला दिला व तिच्याजवळ बसली.

नीलाला आठवत होतं..

शांताबाई आमच्या घरची मोलकरीण होती. पण ती माझी सखी होती. नंतर ती माझी जवळची मैत्रीण कधी झाली तेही मला कळलं नाही.

ती तिचं सुख दुःख मला सांगायची आणि मीही तिला मला जशी जमेल तशी मदत करायची.

खरं म्हणजे ती आमच्या घरातील एक सदस्यच झाली होती. आताही ती घरातील एका सदस्य असल्याप्रमाणेच काम करायला येत होती..!

ती नेहमी आनंदी दिसायची. पण आज मात्र ती जरा उदास वाटत होती. तिचा चेहरा उतरलेला होता."

काहीतरी झालं आहे..! पण काय झालं आहे शांताबाईला..! हे नीलाच्या लक्षात येत नव्हतं.

शांताबाईने आपल्या ओल्या झालेल्या डोळ्यातील अश्रू पदराने पुसले आणि चहा घेतला तशी ती सावरली.

तिला जरा बरं वाटलं. मग नीलाने तिला पुन्हा विचारलं...

"हं..! शांताबाई, आता सांग काय झालं ते..?"

“अवो..! बाईसाब..! काय सांगावं..? रोजचंच गाऱ्हाणं हाय बगा..!”

“कसलं गाऱ्हाणं..?”

“अवो, तेच नवऱ्याचं गाऱ्हाणं..! कामधंदा काय करत नाही. पोरांची जतरा तेवढी केली घरात..! अन आता त्याला पैका पाहिजे दारु ढोसायला..!”

तिच्या मनातील गरळ तिने एका दमातच ओकली होती. तिची वेदना ऐकायला कोणीतरी आहे. असं वाटून तिला बरं वाटलं. पण ते ऐकून नीला मात्र अवाक झाली.

“अवो, आणायचा कुठून पैका..? दहा घरांचं काम करायचं..! मरेस्तोवर राबायचं..! पोराच्या तोंडाला बेतास बात घास पुरवायचा..! अन्‌ हा पैका मिळाला की मागतोय..?

तिला आठवलं...

कालच तिनं शांताबाईला तिच्या कामाचे पैसे दिले होते.

“मग तू कशाला देतेय त्याला पैसे..?”

नीला तिला सात्विक संतापाने चिडून म्हटली.

“आज मी त्याला दिलेच नाही पैसे बगा..! तर हे असं झालं..!”

तिनं आपला चेहरा व पाठ नीलाच्या समोर केली. तिच्या गालावर आणि पाठीवर माराच्या खुणा दिसत होत्या.

“त्या मेल्यानं मारहाण केली बगा..! मग काय करु..? दिले पैसे त्या मुडद्याला..!”

नीलाला आश्चर्य वाटलं. असंही घडतं हे तिच्या स्वप्नातही आलं नव्हतं.

एक वर्षापूर्वीच नीला लग्न होऊन कुलाबा येथील ब्लॉकमध्ये राहायला आली होती.

तिचा नवरा रमेशही एका ऑफिसमध्ये नोकरीला होता. नीला ही बी.

कॉम असल्यानं तिलाही मुंबईच्या एका ऑफिसमध्ये नोकरी मिळाली होती. तिला चांगला पगारही मिळू लागला होता

दर महिन्याला तिचा पगार व्हायचा. पण त्यावरुन कधी भांडण झाल्याचं तिला आठवत नव्हतं.

तिला वाटलं... शांताबाई अशिक्षित आहे म्हणून तिचा नवरा जबरदस्तीने तिच्याकडून पैसे उकळतो.

आता स्त्री स्वतंत्र आहे. ती शिकलेली आहे. स्वतः पैसा कमवू शकते. स्वतंत्रपणे खर्चही करु शकते. तिच्या त्या कमाईवर नवऱ्याचा तो काय हक्क..?

तिला आठवलं...

ते कॉलेजमधील शेवटच्या वर्षी तिने दिलेले दणदणीत भाषण..!

त्या भाषणाचा विषय होता...

"आजची स्त्री स्वतंत्र आहे का?"

तिला त्या भाषणाचा विषय ही आठवला.

आणि... त्या दिवशी आपण स्त्री स्वतंत्र आहे..! ही बाजू घेऊन बोललो होतो. हेही तिला आठवलं.

"पूर्वीची स्त्री शिकलेली नव्हती. तिचं चूल आणि मूल हेच क्षेत्र होतं. त्यामुळे ती घराबाहेर पडत नव्हती.

नोकरी करत नव्हती. पैसा मिळवत नव्हती.

त्यामुळे पूर्वी स्त्री स्वतःच्या पायावर उभी राहू शकत नव्हती.

पण आजची स्त्री मात्र शिकलेली आहे. ती नोकरी करु शकते. ती पैसा कमवू शकते. स्वतःच्या पायावर उभी राहू शकते म्हणून ती स्वतंत्र आहे. आता तिला आर्थिक स्वातंत्र्य तरी आहे..!

स्वतःला मिळालेला पैसा ती स्वतःसाठी खर्च करु शकते. त्या तिच्या कमाईवर कोणाचाही अधिकार नाही. अगदी तिच्या नवऱ्याचासुद्धा नाही..!

त्या भाषणाच्या स्पर्धेत आपलाच पहिला नंबर आला होता. सर्वांनी आपल्या भाषणाचे कौतुक केले होते. आपल्या विचारांचं कौतुकही झालं होतं.

ती आपल्याच विचारात रंगली होती. तिच्यासमोर शांताबाई आहे हेही ती विसरून गेली.

आणि दारावरील बेलच्या आवाजानं ती भानावर आली.

"साहेब आले वाटतं..!

असं म्हणून शांताबाईने आपला पदर खोचला आणि आपल्या कामासाठी किचनमध्ये निघून गेली. नीलानं दरवाजा उघडला.

रमेशच होता. तिचा नवरा..!

"नीला..! आज किती तारीख आहे?"

त्याने घरात पाऊल टाकताच तिला विचारलं.

"पाच..!"

तिने सहज म्हणून उत्तर दिलं.

"मग तुझा पगार नाही झाला का अद्याप..?"

नीलाला आठवलं...

दर महिन्याच्या एक तारखेला तिचा पगार व्हायचा व एक तारखेला ती आपला पगार रमेशला देत असे. यावेळी कामाच्या गडबडीत तो राहून गेला होता.

"एक तारखेलाच झाला..! पण का असं विचारतो आहेस..?"

"नाही..! या महिन्याला तू पगाराचे पैसे दिले नाहीस म्हणून म्हटलं..!"

तो असं म्हणताच नीलाला शांताबाईचा किस्सा आठवला.

एरव्ही तिने लगेच पैसे काढून रमेशला दिले असते. पण शांताबाईचा नवरा नि आपला नवरा, शांताबाई नि आपण यात काय फरक आहे हे प्रत्यक्षच शांताबाईला समजावून देऊ..! असा विचार तिने केला.

तिने किचन मध्ये असलेल्या शांताबाईकडे एक नजर टाकली. ती सुध्दा किचनमधून तिच्याकडेच पाहत होती.

तिनं आपल्या नवऱ्याकडे पाहिलं आणि पुन्हा शांताबाईकडे पाहिलं..!

आणि तिच्या नवऱ्याला म्हटली...

"अरे..! पण यावेळी मला जरा काम आहे पैशाचं म्हणून ठेवले आहेत माझ्याजवळ..! आहेत माझ्या पर्समध्ये..!"

"अग.. पण तू बोलली नाहीस ते..!"

"कशाबद्दल?"

तिने वेड्याचं सोंग घेऊन त्याला विचारलं. आता तो चिडून बोलला...

"अग तेच..! तुला पैशाचं काय काम आहे ते..?"

"काही पण काम असेन..! तुला काय करायचं त्याच्याशी..? मी माझं बघेन..!"

ती थोडं अढी खाऊन बोलली. तसा त्याचा पुरुषी इगो दुखावला. तो तिच्यावर ओरडला...

"मला काय करायचयं त्याच्याशी..? म्हणजे..?"

"म्हणजे असं की... ते पैसे माझे आहेत. मी काहीही करेन त्या पैशांचे..? साडी घेईन... नाहीतर बांगड्या घेईन..? तुला काय त्याची पंचाईत..?"

"अग.. पण मी तुझा नवरा आहे. तुझ्या साड्या बांगड्यांपेक्षा मला महत्वाचं काम आहे..! मला पैसे दे..!"

आता रमेश चिडला होता.

आणि नीलाही आता हट्टाला पेटली होती.

"नाही देणार..! काय करणारेस तू..?"

"काय करणार म्हणजे..?"

त्याने रागाने चिडून नीलाचा हात जोरानं पिरगाळला.

"हे घे..!"

नीला वेदनेने घाबरुन किंचाळली.

"ओरडते काय..? काढ लवकर पैसे..!" रमेश तिच्यावर ओरडला.

रमेशचं ते नवं रुप पाहून नीला घाबरली.

"सोड..! सोड माझा हात..! देते मी तुला पैसे..!"

नीलानं आपला हात सोडवला नि समोर ठेवलेली पर्स घेण्यासाठी हात लांबविला. समोरच शांताबाई उभी होती. ती तिला दिसली.

शांताबाई आता आश्चर्यानं तिच्याकडे पाहत होती. शांताबाईला बघून नीलाला अगदी मेल्याहून मेल्यासारखं झालं होतं.

नीलानं शांताबाईकडे बघितलं. शांताबाईची भेदरलेली आणि अगतिक नजर जणू सांगत होती...

"बाई गं. ! मी अशिक्षित आणि तू सुशिक्षित असलीस तरी... तू पण एक स्त्रीच आहेस..!

आणि या पुरुषी जगात स्त्रीला स्वातंत्र्य तरी कुठे असतं..?"

❑❑

४

तिची वस्त्र

त्या दिवशी ती खूपच आनंदात होती. तिला तिच्या नवऱ्यासोबत बाहेर फिरायला जायचं होतं..!

संध्याकाळ झाली. तशी ती उठली. आणि आपल्या तयारीला लागली..!

तिने आपला चेहरा खसाखसा धुतला. आणि ती आपल्या आरशासमोर बसली.

आपल्या डोळ्यात काजळ घातलं आणि एक सुंदर काजळाची रेघ लांबवली. तसे तिचे डोळे सुंदर आणि आकर्षक दिसू लागले.

आपल्या गुलाबी ओठांवर साधीशी लिपस्टिक लावली आणि चेहऱ्यावर गुलाबी पावडर लावली. आपल्या केसांना विंचरून मस्तपैकी लांबसडक वेणी घातली.

आपल्या कपाळावर लाल कुंकू लावलं आणि त्या खाली चंद्राची कोर काढली.

आपल्या हातात हिरव्या बांगड्या घातल्या. आपल्या अनामिकेत त्याने दिलेली अंगठी घातली.

आपल्या पायांच्या बोटात जोडवे घातले आणि पायात रुणझुण करणारे पैंजण घातले.

तिने आता आपल्या कपाटातून खास ठेवणीची आणि तिच्या आवडीची हिरव्या रंगाची साडी काढली.

त्यावर लागणारा हिरव्या रंगाचा परकर आणि मॅचिंग ब्लाऊज कपाटातून काढला.

आणि तिने आरशासमोर उभी राहून ती साडी नेसली. तिने आपलं रूप एकदा आरशात पाहिलं.

सुंदर हिरव्या रंगाची साडी आणि त्यावर मॅचिंग ब्लाऊज यामध्ये ती खूपच सुंदर दिसत होती.

जणू तिने देवी लक्ष्मीचं रूप घेतलं होतं..!

आणि आता ती साध्या चपला घालून आपल्या नारायणाची वाट पाहत होती.

कधी वेळेवर न येणारा तो आज मात्र वेळेवर उगवला होता.

तिचं ते खानदानी रूप आणि तयारी पाहून तो तिच्यावर लुब्ध झाला होता.

"किती सुंदर दिसते आहेस तू..! हॉटेलमधील सर्वांना तू मोहित करशील..! आणि मग माझं काय होईल..?"

त्याच्या बोलण्याने ती क्षणभर लाजली आणि लाजून मंद स्मित तिच्या चेहऱ्यावर झळकत राहिलं.

तो पटकन फ्रेश झाला. त्याने आपली तयारी केली आणि ते दोघे मोठ्या उत्साहाने घराबाहेर पडले.

कधी नव्हे ते एका मोठ्या हॉटेल मध्ये जाणार होते..!

ती खूपच आनंदात होती. तिला एक वेगळाच अनुभव मिळणार होता. पहिल्यांदाच ती एक वेगळीच दुनिया पाहणार होती. तिला एका वेगळ्याच

दुनियेची ओळख होणार होती.

तसे दोघेही त्या हॉटेलमध्ये जाण्यासाठी उत्सुक होतेच..! कारण याआधी ते दोघंही इतक्या मोठ्या हॉटेलमध्ये कधी गेले नव्हते.

ती दोघं त्या हॉटेलजवळ आले. त्याने आपली गाडी पार्किंगमध्ये पार्क केली..!

हॉटेलच्या आवारात गाडी शिरताना त्यांना तेथील रक्षकाने कडक सलाम मारला. ते पाहून तिला खूप भारी वाटलं. तिला खूपच बरं वाटलं.

त्याने तिचा हात हातात घेत तिला सोबत घेऊन हॉटेलमध्ये जायला लागला.

पण त्यांना त्या हॉटेलमध्ये प्रवेश नाकारला.

"का..? काय झालं..?"

त्याने तेथील मॅनेजरला आश्चर्याने विचारलं..!

"माफ करा सर..!"

तो अदबीने त्याला म्हटला...

"आपल्या पत्नीने साडी नेसली आहे आणि ही भारतीय साडी आमच्या हॉटेलला स्मार्ट आऊटफिट ड्रेस कोड वाटत नाही..! त्यामुळे आपल्याला प्रवेश नाकारला आहे..!"

खरं म्हणजे साडी ही भारतीय परंपरेचं एक प्रतीक मानलं जातं आणि साडी ही एक स्टेटमेंटही आहे. पण त्या हॉटेलला तसं वाटत नव्हतं..!

ती त्या मॅनेजरकडे बघतच राहिली..! त्याचं बोलणं तिला विचित्रच वाटलं.

"मी साडी नेसली आहे. म्हणून या हॉटेलमध्ये प्रवेश नाही..! काय पण नियम आहे..! किती विचार दारिद्र्य आहे या लोकांचं..!"

या विचाराने तिला वाईट वाटलं.

"ही हॉटेल भारतात आहे आणि भारतीय संस्कृतीमध्ये साडीला सर्वात जास्त महत्त्व आहे..! याचंही भान नाही या लोकांना..!"

तिला आठवलं...

मागच्या वर्षी ती फिरायला गेली होती. त्या फिरण्यात निरनिराळ्या मंदिरांचाही समावेश होता.

त्यावेळी ती ट्रीपमध्ये होती. तिला प्रवासात आणि फिरायला सोईस्कर असलेला पंजाबी ड्रेस तिने घातला होता.

ती मोठ्या श्रद्धेने देव दर्शनाला त्या मंदिरात जाणार होती. तिने सोबत फुलांचा हार, अगरबत्ती आणि नारळ घेतलेला होता.

ती मंदिरात प्रवेश करणार तोच तेथील पुजाऱ्याने तिला मंदिरात प्रवेश नाकारला होता..! आणि त्याचं कारण होतं... तिने पंजाबी ड्रेस घातला होता. तिने साडी नेसलेली नव्हती.

त्या पुजाऱ्याचं बोलणं ऐकून तिला आश्चर्याचा धक्काच बसला होता. तिने तिच्या आजूबाजूला असलेल्या लोकांकडे पाहिलं.

तेथे त्या मंदिरात प्रवेश करणाऱ्या सर्व स्त्रिया या साडीत होत्या पण पुरुष मात्र कोणत्याही ड्रेसमध्ये प्रवेश करत होते. त्यांच्यावर ड्रेस कोडंचे काही बंधन नव्हते.

तिला आश्चर्य वाटलं...

"या हॉटेलमध्ये स्त्रीने साडी नेसलेली चालत नाही... आणि त्या मंदिरात स्त्रीने दुसरा कुठला ड्रेस घातलेला चालत नाही..!

एका ठिकाणी चालणारी तिची वस्त्रं दुसऱ्या ठिकाणी चालत नाहीत. घरात घालायची वस्त्रं बाहेर चालत नाहीत आणि बाहेर घालायची वस्त्रं घरात चालत नाहीत.

का म्हणून त्यांनी हे नियम केले..?

त्यातही पुरुषाला कसलंही बंधन नाही आणि स्त्रीवर मात्र अशी विचित्र बंधनं लादलेली आहेत.

ती एक स्त्री आहे. ती अबला आहे. ती मजबूर आहे. म्हणून तिच्यावर पुरुषांनी आपल्या मनाने ही बंधनं लादलेली आहेत..!

का स्त्री एक माणूस नाही..? आपल्या मर्जीनुसार ती वस्त्रही नेसू शकत नाही का..!

आपल्या व्यक्तिमत्त्वाला सुंदर दिसणारी वस्त्रंही ती घालू शकत नाही का..! त्या स्त्रीचा तोही अधिकार काही पुरुषांनी आपल्याकडे राखून ठेवला आहे..!

किती विचित्र आहे ही गोष्ट..?

पुरुषांना स्त्रीसाठी जसे वाटतील तसे नियम या पुरुषांनी केले आहेत..!

आणि त्या नियमानुसारच स्त्रीने वागलं पाहिजे. असं काही पुरुषांना वाटत असतं..!

स्त्रीने कोणती वस्त्रं घालावी हे ही हे पुरुष ठरवतील..! काही प्रसंगी योग्य वाटणारी वस्त्रं घालायचा अधिकारही तिला नाही का..?

स्त्रीचं मन हे पुरुष कधी समजून घेतील..? कोण जाणे..!

"अखेर पुरुष हे पुरुषच..!"

तिचा सर्व मूडच खराब झाला होता. त्या हॉटेलमध्ये जाण्याचा तिचा आनंदही संपला होता. ती तशीच रागाने परत फिरली. आपल्या घराकडे जाण्यासाठी..!

❑❑

५

नो मीन्स नो..!

"अरे यार..! त्या मुलीने तुला नाकारलं..! तुझ्या प्रेमाला नकार दिला म्हणून का नाराज होतो आहेस..?"

त्याचा मित्र त्याची समजूत घालत होता. त्या मुलीने त्याला नकार दिला म्हणून नाराज व्हायचं कारण नाही. असं तो त्याला सांगत होता.

ती एक कॉलेजला जाणारी तरुणी होती. ती दिसायला देखणी होती. त्यामुळे कॉलेजमधील अनेक मुलं तिच्या पाठी लागत होते.

आपलं प्रेम तिच्याजवळ व्यक्त करण्यासाठी धडपडत होते. त्यासाठी तिच्या मागे मागे फिरत होते.

पण ती एक सरळ आणि स्पष्ट विचारांची मुलगी होती. त्यामुळे ती कोणत्याही मुलाकडे लक्ष देत नव्हती.

तिच्या बाबांची आर्थिक परिस्थिती तितकीशी चांगली नव्हती. त्यामुळे तिचं आपलं वेगळच ध्येय होतं.

तिला योग्य ते शिक्षण घेऊन नोकरी करायची होती आणि आपल्या आई बाबांना काही मदत करता येते का... ते ती पाहणार होती.

त्यामुळे अशा गल्लीतील भुक्कड प्रेमींकडे ती दुर्लक्ष करायची.

पण तिच्या अशा वागण्याचा ती मुलं वेगळाच अर्थ काढत होती. त्या

मुलांना वाटायचं की तिला आपल्या सौंदर्याचा अहंकार आहे..!

त्यामुळे तिला ती मुलं जास्तच त्रास देत राहायची. तिच्यावर अश्लील कॉमेंट पास करत राहायचे.

आता ही एका तथाकथित प्रेमीने तिला भर रस्त्यात अडवलं आणि तो आपल्या प्रेमाची कबुली तिला देत होता...

"सुमन..! माझं तुझ्यावर खूप खूप प्रेम आहे..! माझ्या प्रेमाचा स्वीकार कर ना..! आणि एकदा तरी म्हण की माझं तुझ्यावर प्रेम आहे..!

"माझ्या प्रेमाला तू होकार दे..! तू होकार दिला नाहीस तर मी तुझ्याविना मरून जाईन..! आणि सर्व जण तुलाच दोष देतील..!"

आणि तो तिचा हात धरण्यासाठी पुढे आला. तशी ती मागे सरकली आणि त्याला म्हटली...

"नाही. माझं तुझ्यावर प्रेम नाही..! तू माझ्यामागे काही फिरू नकोस..! मी तसली मुलगी पण नाही आणि माझं तुझ्यावर प्रेमही नाही..!"

त्याला असं स्पष्टपणे त्याला बजावून ती तशीच जाण्यासाठी वळली.

तिच्या तडक फडक नकारात्मक उत्तराने तो हिरमुसला..!

पण तिच्या कानावर त्याच्या मित्राच्या बोलण्याचा आवाज आला...

"अरे मित्रा..! कशाला टेन्शन घेतोस..! तिने नकार दिला म्हणून तू इतका कशाला उदास होतो आहेस..?

तुला माहिती नाही..!

मुलींच्या नकारातच त्यांचा होकार असतो..! ती तुझ्यावर प्रेम करते आहे..! फक्त ती आता नकार देते आहे..! तिच्या नकारातच तिचा होकार आहे..! तिचं तुझ्यावर प्रेम आहे..! हे लक्षात घे."

त्या मित्राचं हे अजब तत्त्वज्ञान ऐकून तिला वाईट वाटलं.

“काय विचार आहेत या मुलांचे..!

मीही एक माणूस आहे. मला माझ्याही काही आवडी निवडी आहेत..!

मी कुणावर प्रेम करावं आणि कुणावर करू नये. हेही मी एक स्त्री आहे म्हणून ठरवू शकत नाही का..?

कुणीही उठावं आणि म्हणावं. माझं तुझ्यावर प्रेम आहे आणि ते तू स्वीकार कर..! म्हणून अशी जबरदस्ती करावी.

मला वाटेल मी त्याच्यावर प्रेम करीन..! आणि नको त्याला नकार देईन..!

पण एका मुलीच्या नकारात होकार असतो. हे यांना कुणी सांगितलं..?

“हे पुरुष प्रत्येक गोष्टीत स्त्रीला असंच गृहीत धरतात. अगदी तिच्या आयुष्यभर..!”

त्याचं ते बोलणं ऐकून ती तशीच परत फिरली आणि त्या मित्राच्या डोळ्यात डोळे घालून त्याला म्हटली...

“नीट कान खोल आणि ऐक..!”

काय समजतो तू मुलींना..! तुम्ही पुरुषांनी प्रेम व्यक्त करावं आणि त्या प्रेमाला मुलींनी डोळे झाकून होकार द्यावा..!

आणि नकार दिला तरी त्यातही तुम्ही होकार शोधत असता..! तसं मुळीच नाही..!

कोणत्याही मुलीचा नकार हा नकारच असतो..! त्यात काही होकार दडलेला नसतो..!

तुम्ही पुरुष तो नकार... या प्रकारे जबरदस्तीने लादण्याचा प्रयत्न करत असतात.

माझाही नकार हा नकारच आहे. त्यात कुठलाही होकार नाही..!

नो मीन्स नो..!

"समजलं का..!"

तो तिच्याकडे पाहतच राहिला... त्याचं तत्वज्ञान फेल गेलं होतं. ती मात्र त्याला योग्य ते तत्वज्ञान शिकवून अभिमानाने परत फिरली होती..!

❑❑

६

युज अँड थ्रो रिलेशन..!

“आय लव यू... निशा...!”

निशाने आपलं फेसबुक उघडलं आणि त्यावरील रवीचा मेसेज पाहिला. आणि तिला मागचं सर्व आठवून तिचे डोळे भरून आले आणि एक वेदनेचा हुंदका तिने दिला.

त्या अश्रुंमध्ये तिचा भूतकाळ तिला दिसू लागला....

त्या दिवशी निशा ऑफिसला जाण्याच्या गडबडीत होती. तिला अजून बरीच तयारी करायची बाकी होती आणि तिला ऑफिसला जायला उशीर होत होता.

तिचे केसही विंचरायचे राहिले होते. पण तिने पटकन आपले केस तसेच गुंडाळले. तिने घाईघाईने आपल्या चेहऱ्यावर थोडी फार पावडर फासली आणि आपल्या कपाळावर सुंदर आणि बारीकशी टिकली लावली.

तिने आपला मोबाईल घेतला आणि ती बॅग उचलून निघणार तोच तिच्या मोबाईलवर एक मेसेज आला. तिला वाटलं ... ऑफिसला जायला उशीर झाला म्हणून ऑफिसमधून कोणीतरी तिला...

“लवकर ये..! काम आहे..!”

असा मेसेज टाकला असेल. असा विचार करून ती घराबाहेर पडली पण तिने त्या घाई गडबडीतही मोबाईल उघडला...

“हाय... मॅडम..!

व्हॉट्स ऍप वरील आपला डी. पी. फारच सुंदर आहे..!”

असा कोणाचा तरी तिच्या सौंदर्याची स्तुती करणारा मेसेज तिच्या मोबाईलवर होता. तिला तो मेसेज कोणी टाकला हे बघायलाही वेळ नव्हता.

“मरु दे..! कोण होतं कोण जाणे..!”

असं म्हणत तिने पटकन आपला मोबाईल बंद केला आणि धावतच बसस्टॉपकडे गेली.

तिची बस यायला अजून वेळ होता. ती त्या स्टॉपवर बसची वाट पाहत उभी राहिली. तिने कुतूहल आणि उत्सुकता म्हणून आपला मोबाईल काढला आणि त्यातील मेसेज पाहू लागली.

तिला आलेला मेसेज तिच्या सौंदर्याचं कौतुक करणारा होता. पण मेसेज पाठवणारा कोण आहे हे तिच्या लक्षात येत नव्हतं.

तिने रागानेच आपला मोबाईल बंद केला आणि इकडे तिकडे पाहून बस येत आहे का याचा अंदाज घेऊ लागली. आणि सहजच तिची नजर समोर उभ्या असलेल्या तरुणाकडे गेली.

त्या बसस्टॉपवर एक तरुण उभा होता. तो खूपच छान दिसत होता. तसा तो सुंदरच होता. आणि त्याने घातलेल्या सुटाबुटात तो अधिकच आकर्षक वाटत होता. निशाने निरखून त्याच्याकडे पाहिलं. त्याला कुठेतरी पाहिल्यासारखं तिला वाटत होतं..!

आणि थोडा विचार करता करता तिला झटकन आठवलं...

“अरे... आत्ताच आपल्या मोबाईलवर याचाच तर फोटो होता. त्यानेच मला मेसेज टाकला होता तर..!”

आता तिचा मूड बदलला. आतापर्यंत ती त्याच्याकडे कौतुकाने पाहत

होती. पण आता ती त्याच्याकडे रागाने पाहत होती. तिला आश्चर्य वाटलं. कारण तोही तिच्याकडे पाहून गालातल्या गालात हसत होता.

तशी तिने नजर खाली केली आणि पुन्हा आपल्या हातातील मोबाईल बघू लागली. तोपर्यंत तो तिच्याकडे आला होता. तिने घाबरून वर पाहिलं तर तोच तिच्या जवळ येऊन उभा होता.

"हाय..! मी रवी..! आज तुम्हाला उशीर झालेला दिसतोय...!"

त्याच्या अशा गोड बोलण्याने ती क्षणभर गोंधळली आणि स्वतःला सावरुन ती म्हटली...

"पण.. पण..! मी तुम्हाला ओळखलं नाही..!"

"मी तुम्हाला रोज येथे बघतो. तुम्ही खूप सुंदर आहात...!"

"ओह... धन्यवाद..!"

त्याने केलेल्या स्तुतीने ती खुश झाली आणि त्या आनंदात तिने त्याचे आभार मानले.

"मी येथे एका कंपनीत आहे..! आपली इच्छा असेल तर आपण मित्र बनू शकतो. छान मित्र..!"

त्याला काय उत्तर द्यावं हे तिला सुचत नव्हतं. पण...

"अं... हां..!"

एवढंच त्रोटक उत्तर दिलं. तोपर्यंत बस आल्याने ती त्याच्याशी काहीच न बोलता बसमध्ये निघून गेली.

बस सुरू झाल्यावर तिने सहज मागे वळून बघितलं तर तोच तरुण तिला हात हलवून बाय करीत होता. ती स्वतःशीच हसली तोपर्यंत बसने वेग पकडला होता आणि तो दिसेनासा झाला होता.

पण ही भेट त्यांच्या पुढील वाटचालीची पहिली पायरी होती. त्यावेळी हे तिच्या लक्षात आलं नव्हतं.

त्यानंतर त्यांच्या बसस्टॉपवर अशाच भेटीगाठी होत होत्या. त्या ओळखीतून आता निशा आणि रवी यांच्या मोबाईलवर गप्पा,चॅटिंग होत होत्या. मग हळूहळू त्यांच्या गाठी भेटीही वाढू लागल्या. त्यांचं आता एकमेकांस भेटणं आणि हॉटेलमध्ये सोबत चहा पाणी होत होतं.

दोघंही एकमेकांना भेटत होते पण कोणाच्या मनात काय चाललं आहे काही कळत नव्हतं.

मग एक दिवस रविनेच विषय काढला आणि ही कोंडी फोडली.

"निशा... आपण फार छान मित्र आहोतच..!

पण मला वाटतं... आपण आता एकमेकांना आवडतो आहोत..! आय मीन... आपलं एकमेकांवर प्रेम आहे..!"

निशाला त्याच्या म्हणण्याचा अर्थ कळला होता.

"पण मी अजून तुला पूर्णपणे ओळखतसुद्धा नाही..! मग..!"

"त्याचं अगदी सोपं उत्तर आहे..! तुझा माझ्यावर विश्वास तर आहे ना..!"

"हो. आहे की तुझ्यावर विश्वास..! भरपूर विश्वास आहे..!"

"बस तर मग..! आपलं काम अगदी सोपं झालं..!"

तिला त्याच्या बोलण्याचा अर्थ कळला नाही. तशी ती त्याला म्हटली...

"म्हणजे..? मला कळलं नाही..!"

"तुझा माझ्यावर विश्वास आहे आणि माझाही तुझ्यावर विश्वास आहे..!

मग आपण दोघेही लिव्ह इन रिलेशनशिपमध्ये सोबत राहू..! त्यामुळे दोघांनाही वेगवेगळं राहण्याचा आपला खर्च कमी होईल..!

आणि मग सोबत राहिलो तर... तू मला समजून घे..! आणि मी तुला समजून घेईन..! मग बघू पुढे काय करायचं ते...! काय वाटतं तुला..?"

निशालाही पैशांची चणचण होतीच आणि दुसरं म्हणजे तो तिला आवडू लागला होता.

जसा तो स्मार्ट होता तशी निशाही खूप सुंदर होती. तिचा चेहरा सुंदर आणि मोहक होता. तिचा सुंदर गोरा रंग आणि तिच्या शरीराचा आकर्षक बांधा कुणालाही मोहित करेल असाच होता. तिचे लांबसडक काळेभोर केस होते. असं अद्वितीय सौंदर्य पाहून कुणीही तिच्या प्रेमात पडावं अशीच ती होती.

तो पुरुष होता. त्याला तिच्यासोबत लिव्ह इन रिलेशन मध्ये राहण्याला काही अडचण नव्हती. पण ती एक स्त्री होती. तिला मर्यादांचं बंधन होतं..! इतक्या तडकाफडकी लिव्ह इन रिलेशनशिपमध्ये राहण्याच्या आधी तिला सर्व गोष्टींचा विचार करणं आवश्यक होतं..!

तसा तो तिला आवडलेलाच होता. त्याच्यावर तिचा विश्वासही होता. त्याच्यासोबत राहून त्याला समजून घेऊन त्याच्याशी लग्न करण्यास तिची काहीही हरकत नव्हती.

पण समाज काय म्हणेल..?आणि आपल्या ओळखीचे लोक काय म्हणतील..? त्यात आपल्या घरचे लोक काय म्हणतील..? आपले नातेवाईक काय विचार करतील..? ते माझ्या आई बाबांना च दोष देतील..!

एक स्त्री म्हणून याचा विचार करणे तिला गरजेचं वाटत होतं..! तिला कोणताही निर्णय पटकन घेणं शक्य नव्हतं.

तिने थोडा वेळ असा विचार केला आणि त्याला म्हटली...

"विचार करून सांगते..!"

"ओके..! टेक युअर ओन टाईम..! मला काही अडचण नाही..!"

असं बोलून त्यानेही तिची अडचण समजून घेतली.

तिने त्याला विचार करून सांगते असं उत्तर दिलं खरं..! पण तिच्या मनात ही तेच होतं. खरं म्हणजे तिलाही तो आवडत होता. तिच्या मनात तो ठसलेलाच होता. त्यामुळे तिने काही दिवसातच त्याच्यासोबत राहायचा निर्णय घेतला.

आणि मग ती दोघं तो आणि ती तिच्याच रूमवरच एकत्र राहू लागले. त्याने आपली रूम सोडली होती आणि आता तो तिच्यासोबत तिच्याच रूमवर राहू लागला होता.

यालाच तर "लिव्ह इन रिलेशन" म्हणतात ना..!

त्यांचे सुरुवातीचे दिवस फारच आनंदात गेले. दोघेही एकमेकांची खूप काळजी घ्यायचे. तोही अगदी नीट नेटका राहायचा. तिला जीव लावायचा. त्याचा प्रेमळ स्वभाव तिला खूपच आवडला.

अगदी ऑफिसमध्ये असतानाही तो तिची आठवण करून तिला

"आय लव यू.. निशा...!"

असा मेसेज टाकून द्यायचा..!

त्यामुळे ती दिवसभर त्याच्याच प्रेमात अडकून राहायची.

संध्याकाळी कधी त्याची भेट होईल असं तिला व्हायचं. मग ती तशीच धावत पळत घरी यायची. त्याच्या आवडीच्या गोष्टी करायची.

ती स्वतः त्याच्या आवडीचे पदार्थ करायची. त्याचे कपडे धुऊन इस्त्री करून ठेवायची. ती जिवापाड धावपळ करत त्याच्या आवडीचा भाजीपाला आणायची. त्याच्या आवडीची भाजी करायची.

ते घर टापटीप ठेवायची आणि घरी लवकर येऊन सर्व स्वयंपाक करून ठेवायची आणि मग सोबत बसून जेवणासाठी त्याची वाट पाहात बसायची.

ती त्याच्या आवडीचा स्प्रे आणायची. त्याच्या आवडीची अगरबत्ती लावायची. ती जगत होती त्याच्या आवडीसाठी..! आणि जे काही करत होती ते फक्त त्याच्या आवडीसाठीच..! तिने तिचं जीवन हे त्याच्यासाठीच वाहून घेतलं होतं.

तसा त्याला काही ताण नव्हताच. निशा सर्व करायची आणि तो मस्त खाऊन पिऊन घ्यायचा आणि मजा करायला होतीच निशा..!

तो संध्याकाळी उशिरापर्यंत तिच्यासोबत हिंडणं फिरणं करायचा. काही वेळा ते सोबत बाहेरच जेवण करायचे. कधी सिनेमाला जायचे. मग रात्री उशिरा घरी परत यायचे. असेच आनंदात त्यांचे दोन तीन महिने गेले..!

आणि मग तो व्हॅलेंटाईन डे आला..! आणि तिचं आयुष्यच बदलून गेलं.

तो व्हॅलेंटाईन डे जसजसा जवळ येत होता तशी त्याला काय गिफ्ट द्यावं याची हुरहूर तिच्या मनाला लागली होती.

पण त्याला काय गिफ्ट द्यावं हे तिला काहीच सुचत नव्हतं. त्याच्यायोग्य गिफ्ट तिला मिळत नव्हतं.

त्यात त्या व्हॅलेंटाईन दिवसाची सकाळ उगवली. त्या दिवशी सकाळी तिला नेमकी झोप लागून गेली होती.

ती त्याच्याबरोबर आदल्या रात्री उशिरापर्यंत फिरत होती. त्या थकव्याने तिला सकाळी गाढ झोप लागली होती आणि आता सकाळी ती उशिराच उठली. तोपर्यंत तो ऑफिसला निघून गेला होता.

तो घरात नाही हे पाहून तिने त्याला व्हॅलेंटाईन डेच्या शुभेच्छा देण्यासाठी मोबाईल उघडला.

तर इथेही त्यानेच बाजी मारली होती. आज सकाळीच त्याने तिला सुंदर प्रेमाचा मेसेज टाकला होता...

"विल यू बी माय व्हॅलेंटाईन..? माय ब्युटीफूल निशा..!"

आणि तो संदेश वाचून ती त्याच्या प्रेमाने हुरळली..!

तिचं त्याच्यावर प्रेम होतं आणि आता तर तो तिचा होणार होता. त्यामुळे ती खूप आनंदात होती. त्या दिवशी सकाळीच मग ती पुन्हा त्याच्या प्रेमात हरवली.

तिने पटकन तयारी केली आणि तिच्या ऑफिसला गेली. पण तेथे तिचं चित्त लागत नव्हतं. आणि मग तिने ऑफिसला अर्धी सुटी टाकली आणि ती घराकडे धावली.

पण तो तिच्या आधीच आपल्या खोलीवर आला होता. त्याने खोली चांगली सजवून सुंदर तयारी करून ठेवली होती. ते सारं पाहून तिला त्याची भुरळ पडली. ती त्याच्या प्रेमात हरवली.

त्याला समोर बघून तिला आता राहवलं नाही आणि तिने त्याला घट्ट मिठी मारली.

आणि... त्या व्हॅलेंटाईन डे ला तिने त्याला आपल्या सुंदर शरीराची भेट दिली..!

त्या दिवशी तिने त्या बेसावध क्षणी आपलं सर्वस्व त्याला अर्पण केलं. त्यानंतर त्यांच्यातील सर्वच निर्बंध तुटले होते. आता दोघेही मुक्त जीवन जगत होते. त्यामुळे तो आनंद ते वारंवार घेऊ लागले. तिलाही त्यात आनंद वाटत होता.

अशा स्वर्गीय आनंदात त्यांचे सहा महिने गेले.

आता ते दोघे एकमेकांचे झाले होते. त्यामुळे तीही खर्चाचा कधी विचार करत नव्हती. त्यांच्या पैशांचा काहीच हिशोब नव्हता. आता सर्वच खर्च तिच्याच पगारातून होत होता. त्यामुळे सर्व व्यवस्थित चाललं होत.

एक दिवस तिला घरमालकाला घरभाड्याचा चेक भरायचा होता. त्यासाठी तिला सकाळच्या घाई गडबडीत त्या चेकवर सही करायची होती. तिचा पेन बॅगेत होता.

"ये रवी..! तुझा पेन दे न जरा..! मला थोडं लिहायचं आहे..!"

रवीने तिला पेन दिला. तो पेन पाहून तिला आश्चर्य वाटलं....

"काय रे..? असला काय साधा पेन वापरतो..! युज अँड थ्रो..!"

"मला अशाच गोष्टी आवडतात..!

वापरा आणि फेका..! येस... यूज अँड थ्रो..!"

त्याचं बोलणं ऐकून तिला त्याच्या बोलण्याचं आश्चर्यच वाटलं. ती त्याच्याकडे पाहतच राहिली. तो आपल्याच नादात बोलत होता...

"कोणत्याही वस्तूच्या प्रेमात जास्त पडायचं नाही..! ती वस्तू जोपर्यंत उपयोगी आहे तोपर्यंत वापरायची आणि तिचा उपयोग संपला की फेकून द्यायची..! त्याच्यात कशाला जीव जास्त अडकवून ठेवायचा..? हो की नाही निशा..!"

हे ऐकून तिला धक्काच बसला होता. त्याच्या बोलण्याकडे तिचं लक्षच नव्हतं. त्याने तिचं नाव घेतलं तसं तिने चमकून त्याच्याकडे पाहिलं. तो आपल्याच मस्तीत होता.

या छोट्याशा गोष्टीवरून तिला त्याच्या स्वभावाची कल्पना आली. तसं तिला आता जरा उदास वाटू लागलं होतं. आपलं काहीतरी चुकलं आहे. याची तिला पहिल्यांदा जाणीव झाली. आता तिचं कुठल्याच गोष्टीत चित्त लागत नव्हतं.

तिने जशी तशी आपली कामं आटोपली. आणि ती शांतपणे ऑफिसला जायची तयारी करू लागली.

जशी निशा तिचं काम आटोपून बॅग भरू लागली तसा रवी तिच्या पाठीमागून आला आणि तिला मागून गच्च मिठी मारली.

"डार्लिंग..! आज जाऊ नको ना ऑफिसला..! आज मीही गेलो नाही ऑफिसला..! बाहेर बघ..! किती रोमँटिक वातावरण आहे..! माझा मजा करायचा मूड आहे..! प्लीज... थांब ना...!"

पण तिच्या डोक्यात त्याचे शब्द घुमत होते...

"यूज अँड थ्रो.... यूज अँड थ्रो..!"

हा आपला आणि आपल्या शरीराचासुद्धा वापर करेल आणि त्याचं काम झालं आणि त्याचं मन भरलं की हा मला असाच टाकून देईन..! अगदी "युज अँड थ्रो" च्या वस्तूप्रमाणे..! आता मला त्याच्या मनाप्रमाणेच वागावं लागेल. कारण हे लिव इन रिलेशनशिप आहे..!

याचं जर माझ्यावर खरंच प्रेम असेल तर... मी जसं त्याच्या म्हणण्याप्रमाणे वागते तसाच तोही आता माझ्या म्हणण्याप्रमाणे वागायला हवा..! माझ्या मनाचा विचार त्याने करायला हवा..!

असा विचार करून तिने झटकन त्याचे हात झटकले आणि त्याच्याकडे पाहून पक्क्या निर्धाराने म्हटली...

"नाही. आज नाही जमणार..! मला घरी राहायला..! ऑफिसमध्ये फार कामं आहेत..!"

तिचा नकार ऐकून त्याचा पुरुषी अहंकार दुखावला आणि तो चिडला. आता तो तिला घाबरवण्यासाठी आदळ आपट करू लागला. त्याचं ते आकांडतांडव पाहून तिच्या मनात विचार आला...

"आतापर्यंत मी त्याच्या म्हणण्याप्रमाणे वागत होते. म्हणून तो माझ्याशी प्रेमानं वागत होता.

आणि आजच मी त्याला नकार दिला तर तो असा वागत आहे आणि ओरडत आहे..!"

ती त्याच्याकडे रागाने आणि तिरस्काराने पाहत होती. आणि तो तिच्यावर ओरडत होता...

"आज माझा मूड आहे आणि तू नाही म्हणते घरी थांबायला..!

काय तुझी ती दीड दमडीची नोकरी..! तुला माझी आणि माझ्या भावनांची काहीच किंमत नाही..! नाही म्हणते माझी सोबत करायला..!"

निशाने नकार दिल्याने त्याचं पौरुषत्व दुखावलं होतं. त्याचा पुरुषी इगो दुखावला होता.

ही एक स्त्री असून त्याला... त्याच्यातील पुरुषाला नकार देतेच कशी..?

यामुळे तो दुखावला गेला होता.

आता त्याच्या गुलछबू स्वभावाची कल्पना निशाला येत होती. आणि त्याच्या 'युज अँड थ्रो' स्वभावाची ही जाणीव होत होती.

आतापर्यंत ती त्याच्या प्रेमात ठार आंधळी झालेली होती. पण आता ती जागृत झाली होती.

"तू मला नाही कशी म्हणते..! तेच बघतो मी..!"

असं म्हणून तो तिच्याजवळ आला आणि पुन्हा तो तिच्याकडे येऊन तिच्या अंगाशी झोंबू लागला. तिच्यावर जबरदस्ती करू लागला.

तशी ती त्याच्यावर चिडली...

"आता हे सर्व लग्नानंतर..! आता काही नाही..! मनावर संयम ठेव. पहिले लग्न कधी करणार ते बोल..!"

त्याचा अहंकार तिच्या बोलण्याने आणि नकाराने आता अधिकच डिवचला गेला होता. आणि आता त्याचं खरं रूप बाहेर येऊ लागलं होतं..!

"लग्न..! आणि कोणाशी....?"

ती त्याला चिडून बोलली...

"महाशय..! आपण फक्त रिलेशन मध्ये राहत होतो. आता आपण लग्न करू या..!"

"कोणी सांगितलं तुला..?आपण लग्न करू म्हणून..! मी तुला रिलेशन मध्ये राहू म्हटलं आणि त्याला तू हो म्हणाली इतकंच..!

जसं मी एन्जॉय केलं तसं तूही एन्जॉय केलंस..! लग्न कशासाठी करायचं..?तू मजा मार आणि मीही मजेत राहीन..! आपण आयुष्य मस्त जगत आहोत..! मग काय अडचण आहे तुला..?"

तशी ती चिडून त्याला म्हटली...

"अरे... पण मला अडचण आहे ना... एक स्त्री म्हणून..! असं आयुष्य मला नको आहे..! लग्न म्हणजे जबाबदारी..! जशी मी तुझी जबाबदारी घेते. तुझी सर्व कामं करते तशी तू सुद्धा काही जबाबदारी घ्यायला हवी..!

लग्नात एक बांधिलकी असते..!

त्यात संसार फुलतो. एक सामाजिक बंधन ही असतं. रिलेशनमधील असा स्वैराचार नसतो..!"

तिचं बोलणं ऐकून तो तिच्यावर चिडला...

"मला कुठलं ही बंधन नको आहे..!

मला स्वतंत्र राहायला आवडतं..!

आपलं आयुष्य हे मजा मारण्यासाठी असतं हे तुझ्यासारख्या अनेकांना कळत नाही..! अन मग ते धावतात लग्नाच्या मागे..! लग्नाने त्यांच्या जीवनाचा आनंदच संपून जात असेल..! एकदा तूही बघ विचार करून..!"

"मी पूर्ण विचार केला आहे.... आता आधी आपण लग्न करू या...!"

"मग माझेही ऐक..! माझ्या आयुष्यात येणारी तू काही पहिलीच मुलगी नाही. तुझ्यासारख्या कितीतरी मुली माझ्यासोबत राहून गेल्या.

त्यांनी माझ्यासोबत मस्त एन्जॉय केलं आणि अजून कितीतरी माझ्या मागे फिरत आहेत. कशाला करू मी तुझ्याशी लग्न..?

तशीही तू आता जुनी झाली आहेस. तुझ्यासोबत राहून माझं ही मन भरलं आहे. मी एक फुलपाखरू आहे..! जाईन मी नव्या सुंदर फुलाच्या शोधात..!"

"म्हणजे तू मला सोडत आहेस..! नको न असं करू..! प्लीज... मी तुझ्यावर विश्वास ठेऊन तुझ्या सोबत राहिले. तुझ्यावर जीवापाड प्रेम केलं आणि तुला माझं सर्वस्व दिलं. पण तू असा वागशील..."

ती आता त्याच्या गयावया करत होती. ती रडत होती. तिच्या आयुष्याची राख रांगोळी व्हायची वेळ आली होती. त्यामुळे ती अस्वस्थ झाली होती.

"असं तुला वाटलं नाही..!"

त्याने तिचं अर्धवट वाक्य पूर्ण केलं आणि तिला पुढे म्हटला...

"तुला मिळवण्यासाठी मी सहा महिने तुझ्या मागावर होतो..!

अखेर तुला पटवलं आणि सहा महिने मजा केली. अजून काय हवं असतं एका फुलपाखराला..?

मी तुला सोडायचं म्हणत नाही..! अजून तू मला आवडतेस. पण फक्त असंच राहून..! आपल्या रिलेशनशिपमध्ये राहून..! नो लग्न...! बोल..! काय वाटतं तुला..?

मी इतका कृतघ्न नाही. तुला एकटीला सोडून जाणार नाही. पण डिसिजन तुझा..! तू ठरव..! माझ्यासोबत राहायचं की नाही..? फक्त मजा आणि मजाच..! नो बंधन..! उद्या तुला वाटलं... की मी जाते..! तर जा..! मला वाटलं तर मी तुला सोडून निघून जाईन..!

तुला वाटलं तर कर लग्न कुणाशीही..! आणि मग रहा नवऱ्यासोबत लग्न करून..! मी राहीन कुणा दुसरी किंवा तिसरी सोबत..! हा अजून एक गोष्ट..!

कधी तुझी आठवण आली तर येशील मला भेटायला एक रात्रीसाठी..! तेवढीच एंजॉयमेंट..! दुसरं काय..?आणि हो..! तुला नाही जमलं तर तसं सांग..! मी येईन तुझ्या घरी मजा मारायला... केव्हातरी..!"

त्याचं असं विचित्र बोलणं ऐकून निशा एकदमच हवालदिल झाली.

या लिव्ह इन रिलेशनमुळे तर... तिचा भूतकाळही वाईट झाला होता आणि आता भविष्यकाळ ही बिघडण्याची लक्षण दिसत होती.

तिच्या रागाचा पारावर राहिला नाही. तिने त्याला हाकलून दिलं.

आता या गोष्टीला चार वर्ष झाली आहेत. ती एकटीच राहत आहे. ज्याच्यावर इतकं जीवापाड प्रेम केलं होतं... त्यानेच अशी फसवणूक केली होती..!

आणि आता तर तिची मानसिकताच बिघडली होती.

कोणासोबत लग्न करून तिला कोणाला फसवायचं नव्हतं आणि दुसरं म्हणजे त्याचं प्रेम ती अजूनही विसरू शकत नव्हती.

तोही तिला अधून मधून मेसेज पाठवत होताच. आताही त्याने एक मेसेज पाठवला होता. तिने तो मेसेज उघडला...

"आय लव यू... निशा..!"

त्याचा तिला मेसेज होता आणि त्याच्या मिठीत असलेल्या एका सुंदर तरुणीचा फोटोही होता.

तिला तिने केलेल्या चुकीची जाणिव झाली होती आणि ती हमसून हमसून रडू लागली.

तो पुरुष होता. पुरुष हा स्वच्छंदी असतो. तिच्यासोबत मजा मारून तो आता दुसऱ्या मुलीसोबत मजा करत होता.

त्याला स्त्री म्हणजे उपभोगाची वस्तू वाटत होती. "युज अँड थ्रो" या नियमाप्रमाणे... त्या स्त्रीला वापरायची... तिचा उपभोग घ्यायचा आणि तिचा कंटाळा आला की तिला फेकून द्यायचं..! असा त्याचा फंडा होता.

एका स्त्रीला असं वागता येणं शक्य नव्हतं..!

तीही एक स्त्री होती. तिला मर्यादा होत्या. तिला असं वागणं शक्यच नव्हतं. तिला प्रत्येक गोष्टीची मर्यादा होती. एकदा ही मर्यादा ओलांडून तिने चूक केली होती.

एखादा पुरुष चुकला तर त्याला कोणी दोष देत नाही. पण एखादी स्त्री चुकली तर तिचं संपूर्ण आयुष्यच संपून जातं. या समाजाच्या विचारांची बैठक ही अशीच आहे.

स्त्रीसाठीच सर्व नियम आणि बंधनं आहेत आणि पुरुषांसाठी एकही नियम नाही..! कारण स्त्रीसाठी हे सर्व नियम पुरुषांनीच केले आहेत.

आणि म्हणूनच एक स्त्री म्हणून तिच्याजवळ या चुकीची काहीच दुरुस्ती नव्हती..!

❑❑

७

वेश्या

"चाँदनी..! तेरे पास अभी कोई ग्राहक नही आयेगा..! अब तू भी सो जा..! कोरोना आया है ना..!"

एक टवाळखोर रस्त्याने जाताना बोलला होता. त्याने तिला चिडवलंआणि मोठ मोठ्याने हसत निघून गेला. तिची आणि तिच्या व्यवसायाची खिल्ली उडवून गेला. ती फक्त त्याच्याकडे पाहत राहिली.

ती एक वेश्या होती आणि तिचा तो पोट भरायचा व्यवसाय होता. तिचा व्यवसाय तिच्या शरीराशी संबंधित होता. तीच तिची न्यूनता होती. कोणताही व्यवसाय असेल तर त्याची अशी कोणी खिल्ली नाही उडवत..! पण तिच्या व्यवसायाची मात्र कोणीही खिल्ली उडवून जात आहे, याचं तिला वाईट वाटलं.

याच पुरुषांना तिचं शरीर हवं असतं... रात्रीच्या अंधारात..! आणि मग दिवसा हेच साव बनून तिची खिल्ली उडवत राहणार..!

तिचं सुंदर शरीर हवं म्हणून तिच्या मागे मागे लोचटसारखे फिरणारे हे पुरुष आता तिची गंमत पाहत होते आणि तिची गंमत करत होते.

कोरोनाने तिच्यावर ही वेळ आणली होती. तिला तिचं पोट भरायचं होतं. त्यासाठी तिला तिचं शरीर विकणं तिच्याजवळ हाच एक पर्याय होता. दुसरं काही ती करू शकत नव्हती आणि तिने हिंमत करून केला असता एखादा

व्यवसाय तरी तिला लोकांनी जगू दिलं नसतं.

त्यामुळे तिची फारच कोंडी झाली होती. आता ती पोट भरण्यासाठी कोरोनामुळे हा व्यवसाय करू शकत नाही की दुसरं काही करू शकत नाही. आणि आता हेच लंपट पुरुष तिची खिल्ली उडवत आहेत.

याच पुरुषांनी तर तिला या नरकात आणून सोडलं होतं. स्वतःचा स्वार्थ साधून ते सुटून गेले होते आणि ती मात्र आयुष्यभरासाठी त्यात अडकून पडली होती.

आता यातून सुटू म्हटलं तरी ते आता शक्य नव्हतं..! तिच्या कपाळावर आता तो बदनामीचा शिक्का बसला होता. नव्हे..! तो या पुरुषांनी जबरदस्तीने मारला होता.

कोणत्या स्त्रीला हे असं जीवन जगायला आवडेल..? कोणीही परका पुरुष येईल आणि तिच्या पदराला हात घालेल. किती मानहानीकारक आहे हे सगळं एका स्त्रीसाठी..!

त्यात तिच्यासारख्या स्त्रियांची मनस्थिती समजून न घेता अशी खिल्ली उडवणारी माणसं भेटली की तिला त्याचा त्रास व्हायचा.

आताही त्याच्या चिडवण्याने तिचं मन बराच वेळ तळमळत राहिलं. तिच्या हृदयात दुःखाची कळ उठली. डोळ्यात अश्रू जमा झाले. तिला त्याचा प्रचंड राग आला होता. पण तिने मनातल्या मनात शिवी दिली आणि अशा प्रकारे तिने आपल्या मनातील राग बाहेर टाकला...

"साल्ला सुवर की ऑलाद..! पहिले तो मेरे पैर चाटता था न..! अब बडा साव बन गया है..!"

त्याशिवाय तिला दुसरा काही पर्याय नव्हता. तिने शिवी दिली तसा तिचा राग कमी झाला आणि ती शांत झाली. ती तेथे तशीच उभी राहिली. तिच्या मनात विचार आला...

"अशा किती रात्री गिऱ्हाईकांची वाट बघावी लागेल कोण जाणे..!"

ती घराच्या दारात उभी राहून विचार करत होती. तिचा व्यवसायच शरीराशी संबंधित होता आणि कोरोनामुळे कोणी पुरुष तिच्याकडे येत नव्हता..!

ती सुंदर होती आणि तरुण होती. तिचा बांधाही आकर्षक होता. कुणाही पुरुषाला वेड लावेल असं तिचं सौंदर्य होतं.

तिच्या चेहऱ्यावर बरीच रंगरंगोटी केलेली दिसत होती. तिचे गडद काळ्या रंगाचे डोळे इकडे तिकडे काहीतरी शोधत होते. तिचे ते भेदक डोळे येणाऱ्या जाणाऱ्या पुरुषाला आकर्षून घेत होते.

तिच्या केसांच्या बटा चेहऱ्यावर येतील अशीच केश रचना तिने केलेली होती. त्यासाठी लावलेल्या पिनाही दिसत होत्या. केसात सुगंधी फुलांचा गजरा माळलेला होता.

तिच्या गालावरही लाल रुज लावलेली दिसत होती आणि तिचा अर्धा चेहरा झाकणारा मास्क तिने मुद्दामच खाली सरकवून ठेवला होता. आणि तिचे ते सुंदर लालभडक ओठ त्या अंधारातही चमकत होते.

तिने नेसलेल्या साडीची ठेवणही विशिष्ट होती. त्या साडीत ती सुंदर दिसत होती. तिच्या साडीचा पदर एका बाजूने घेतलेला होता. त्यातून तिच्या ब्लाऊजचा एक भाग दिसत होता. तिचं ते सौंदर्य पाहून तरी कोणी पुरुष तिच्याकडे आकर्षित होईल असं तिला वाटत होतं.

आणि तिची साडी पारदर्शक असल्याने त्यातून तिच्या पोटाचे सुंदर दर्शन होत होते. तिने त्या साडीची अशी रचना मुद्दामच केली होती. अशा प्रकारे साडी नेसून रस्त्याने जाणाऱ्या कोणाही पुरुषाला आपल्याकडे आकर्षित करण्याचा तिचा तो असफल प्रयत्न होता.

आतापर्यंत तिच्यासाठी जीव देणारे अनेक पुरुष तिला भेटले होते तिला

स्पर्श करण्यासाठी धडपडत होते. तिच्या शरीराशी खेळणारे अनेक पुरुष तिच्या जीवनात आले होते. पण आता मात्र तिच्या या मोहक सौंदर्याकडे कोणी ढुंकून पाहत नव्हतं. कोरोनाने सर्वांना धास्ती बसली होती. आणि त्यामुळेच तिच्या समोर जीवन मरणाचा प्रश्न उभा राहिला होता.

तिच्या या सुंदर देहाकडे पाहून कोणी म्हटलं नसतं की... या स्त्रीच्या मनात विचारांचे एवढं मोठं काहूर उठलं असेल आणि तिच्या चिंता तिचा मेंदू पोखरत असतील.

तेथे उभं राहून राहून तिचे पाय दुखून आले तशी ती तिथेच खाली बसली आणि तिच्या विचारांचा भुंगा पुन्हा तिचं मन पोखरू लागला...

सकाळीच तो घरमालक येऊन गेला. घर भाडे दे म्हणून तंबी देवून गेला.

तीन चार महिने झाले एकही पुरुष तिच्याकडे आला नव्हता. रोज संध्याकाळी ती सुंदर तयारी करून दाराच्या आडोशाला उभी राहत असे.

कोणीतरी पुरुष तिच्याकडे आपली वासना शमविण्यासाठी येईल अशी तिला आशा वाटत होती आणि तिचा आर्थिक प्रश्न थोडातरी कमी होईल असं तिला वाटतं होतं. पण कोणीही पुरुष तिच्याकडे फिरकला नव्हता.

तिच्याकडे कोणी कसा फिरकणार..? प्रत्येकाला आपल्या जीवाची काळजी होती. प्रत्येकाने एकमेकांपासून दो गज की दुरी ठेवायची होती. नाहीतर कोरोनाचा संसर्ग होऊन त्यांनाही कोरोना झाला असता.

या तीन चार महिन्यात कोणी तिच्याकडे आलंही नाही की फिरकलंही नाही. त्यामुळे तिची कमाई झालीच नव्हती. तिच्या हातात पैसा येत नव्हता आणि खर्च मात्र सुरू होते. आतापर्यंत जी काही जमापूंजी होती. ती आता संपत आली होती.

आतापर्यंत शिल्लक असलेल्या पैशातून खर्च होत होता. त्यातून अन्न धान्य, आवश्यक तो किराणा आणता येत होता आणि पोट भरत होतं. पण

आता ती जमापूंजी संपत आली होती.

त्यानंतरही त्या दुकानदाराने थोडी फार उधारी ठेवली होती..! पण तोही किती उधारी ठेवेन..? त्यानंतर तोही किराणा सामान द्यायला का कू करू लागला होता आणि एकदा तर त्याने तिचा अपमान करून पाठवून दिलं होतं. तो म्हटला होता...

"बाई...! तुझा धंदा आहे तो शरीराचा...! देह विक्रीचा..! आणि आता या कोरोनामुळे कोणी पुरुष तुझ्याकडे येईल असं वाटत नाही. कुठपर्यंत मी तुला उधार देऊ..? मलाही माझा संसार आहे. मी असं अन्न धान्य देत राहिलो तर मलाच भुकेले राहावे लागेल..!"

त्याचं म्हणणंही तिला पटत होतं. पण तिच्याजवळ दुसरा काही उपाय नव्हता की दुसरं काही उपजीविकेचं साधनही नव्हतं.

ती आता घायकुतीला आली होती. तिला कळत नव्हतं की काय करावं..? पण तिने त्या दुकानदाराला विनंती केली...

"मालक.. या वेळेला थोडफार धान्य द्या...! काहीतरी पैशांची व्यवस्था होईलच..!"

तो दुकानदारही पुरुषच होता. तो दुकानदार तिच्या सुंदर देहाकडे खालून वरपर्यंत पाहत म्हटला...

"बाई... तुझे काम आहे ते शरीराचं..! या सुंदर देहाचा कोणी उपभोग घ्यायला येईन आणि तो पुरुष आपली वासना शांत करेन तेव्हाच तुला पैसे मिळतील..! आणि आता आहे कोरोना..! मग कसं होईल..?"

तिला ते ऐकून कसेसेच झाले. ती वेश्या असली तरी ती एक स्त्री होती.

तिलाही लाज लज्जा असतेच. नाईलाजानेच तिला हा व्यवसाय करावा लागत आहे. कोणत्या स्त्रीला आपल्या शरीराचा सौदा व्हावा असं वाटतं..! कोणती स्त्री कोणत्याही पर पुरूषसमोर आपले कपडे काढून निर्वस्त्र होईल..!

पण ही गरिबी आणि परिस्थिती माणसाला हतबल करते हे मात्र खरं आहे..!

तस नसतं तर हा दुकानदार आतापर्यंत माझ्या पुढे लाळघोटेपणा करत होता... माझ्या शरीरासाठी..! माझ्या शरीराला स्पर्श करण्यासाठी तडफडत राहायचा.

आता या कोरोनाने परिस्थिती बदलली आणि हा वासनामयी कुत्रा एकदम शेर झाला. तो तिच्या शरीराचा वारंवार उल्लेख करून तिचा अपमान करत होता आणि आपल्या मनातील विकृत वासना पूर्ण करून घेत होता. इतर वेळी तिच्या बोटावर नाचणारे पुरुष आता तिला नाचवत होते आणि तिला छळत होते.

ती हे सारे बोलणार होती. पण परिस्थिती तिच्या विरुद्ध होती. तिच्या पोटाचा प्रश्न होता. तिच्या जगण्याचा प्रश्न होता... तिच्या जीवलगांसाठी जगण्याचा प्रश्न होता..!

ती काहीच बोलू शकली नाही. पुन्हा त्याची विनवणी करीत राहिली...

"काही दिवसात करते मी पैशांची व्यवस्था..! तोपर्यंत सांभाळून घ्या मालक..!"

पण तो मात्र ऐकत नव्हता. तिलाच तो चार शब्द ऐकवत होता...

"कशी करशील तू व्यवस्था..! अतृप्त पुरुष तुझ्याकडे फक्त तुझ्या सुंदर देहाकडे बघून येतात. त्यांना तुझे शरीर भोगायचे असते. आपल्या वासनेची आग मिटवायची असते. त्याचे तुला पैसे मिळतात..! तुझं हे मास्क बांधलेलं अर्ध तोंड बघून तुला कोणी पैसे देणार नाही. त्यापेक्षा तू आपल्या गावी निघून जा..! ते जास्त बरं होईल..! माझे पैसे वसूल करायला मी तुझ्याकडे येऊन जाईन कोरोना संपल्यावर..! तू जा येथून आता..!"

आणि असं बोलून तो मोठ मोठ्याने हसत राहिला. त्याने तिच्या शरीराचा उल्लेख वारंवार करून तिला चिडवत होता आणि तिचा अपमान करत होता.

पण ती गप्पच राहिली. तिला गप्प बसण्यावाचून काही करताही येणार नव्हतं.

तिला तेथे उभं राहून मेल्याहून मेल्यासारखे झाले होते. ती मग तेथून रागाने आणि हताश होऊन निघून आली होती. तेथून ती निघून आली पण घरी काय..? घरात धान्य नाही की पैसा कमावण्याचे दुसरे साधन नाही..!

ती आपल्या मनाची व्यथा कोणाला सांगणार होती..? कोणी तिची व्यथा ऐकून तिला मदत केली असती..?आधीच ती बदनाम वस्ती आणि त्यात ती बदनाम झाली होती.

बाकीचे सारे सज्जन आणि पवित्र..? तिने मनात आणलं असतं तर... अनेक सज्जनांचे मुखवटे तिने टराटरा फाडले असते..! हेच सज्जन पुरुष रात्री माझ्या घरी लपून छपून येतात आणि दिवसा सज्जन बनून फिरतात.

आता माझ्यावर कठीण प्रसंग आला आहे तर कोणीच मदतीला नाही.

काय करावं..? तिला काही कळत नव्हतं. ती हताश होऊन दारातच बसली होती.

तेवढ्यात तिच्या हातातील मोबाईलची रिंग वाजली तशी ती त्या विचार चक्रातून बाहेर आली. तिने पाहिलं तर फोन तिच्या गावाहून आला होता... फोन तिच्या बाबांचा होता.

"हॅलो..! चाँदनी..!"

तिने डोळे पुसले आणि ती बोलली...

"हा..! पापा..! क्या बात है..? तबीयत तो ठीक हैं ना..?"

"हा बेटी..! भगवान की दया से तबीयत ठीक हैं..! लेकीन तेरी मा की तबीयत ठीक नहीं है..!"

तिने घाबरून विचारलं...

"क्या हुवा मम्मी को..?"

तिच्या वडिलांनी तिला आश्वस्त केलं..

"घबराने की कोई बात नहीं बेटी..! थोडी खासी है..!"

"उसे डॉक्टर के पास लेकर जाओ पापा..!"

"हा बेटी..! लेकर तो जाऊंगा. लेकीन वो डॉक्टर भी पैसे मागेगा. वो पैसे मैं कहा से दू..! तेरी तनखा नही हुई क्या अभी..?"

ते ऐकून तिचं हृदय पिळवटून निघालं. ती येथे काय काम करते हे त्यांना माहिती नव्हतं. त्यांना तिने खोटं खोटंच सांगितलं होतं की... मी एका कंपनीत कामाला आहे... आणि मी मजेत आहे. मला चांगला पगार मिळतो.

तिला आठवलं...

गावात प्रचंड गरिबी होती. तिथे काम धंदा नव्हता. त्यामुळे भुकेल्या पोटीच राहावं लागत होतं.

गावातील एक जण मुंबईला राहत होता. तो गावी आला. तेव्हा त्याने तिला नोकरी लावून देतो म्हणून मुंबईला तिला घेऊन आला होता. त्याची दुष्ट नजर तिच्यावर होती. आधी त्याने त्याची वासना जबरदस्ती करून शमवली आणि मग वेश्या व्यवसायात ढकलून पैसा कमावून घेतला.

आता या गोष्टीला बरीच वर्ष झाली.

"बेटी...! क्या हुआ..! क्यो चूप हो गयी..?"

तिने स्वतःला सावरलं आणि बोलली..

"हा पापा..! अभी तनखा नही हुई... इस कोरोना की वजह से..! लेकिन तनखा मिलते ही पैसे भेज दुंगी..! आप अपनी तबीयत का ध्यान रखना...! ठीक है..! अभी रखती हूं फोन..!"

असं म्हणून तिने फोन बंद केला आणि तिला रडू फुटलं.

हे जीवन जगण्यासाठी काय काय करावं लागत आहे..? कोणा कोणाशी

खोटं बोलावं लागत आहे..? काय काय करावं लागत आहे..? स्वतःच्या इच्छा आकांक्षाना तिलांजली देवून जगावं लागत आहे. आणि या कोरोनाने तर माझे प्राण कंठाशी आणले आहेत.

या सामाजिक अंतराने तर प्रत्येकाला समाजापासून तोडले आहे. एकमेकांपासून दूर केलं आहे. कोणाच्या जवळ जायचं नाही की त्याला स्पर्श करायचा नाही. मी जर म्हटलं की मला स्पर्श करू नका तर मी जगू कशी..? काय खाऊ मी..? आणि काय लेवू मी..? आणि माझ्या जवळच्या व्यक्तींना कशी काय मदत करू..?

ते तर माझ्याच आधारावर आहे. माझ्यावरच अवलंबून आहेत. ती माझ्या प्रेमाची माणसं आहेत. माझ्या जिवाभावाची माणसं आहेत. त्यांना मी कशी अंतर देवू..?

मी त्यांना विसरले तर ते असेच मरून जातील..! आधीच त्यांनी आपलं जीवन दुःखात काढलं आहे..!

त्यांच्यासाठी मला काहीतरी करावंच लागेल. त्यांना असं निराधार सोडून चालणार नाही..! त्यांनाही माझ्यावर विश्वास आहे... की मी त्यांना मदत करीन..! त्यांचा विश्वासघात मी कसा करू..?

आणि माझी परिस्थिती अशी आहे की मला येथे जगणं कठीण झालं आहे. आणि गावी जाणं तर त्याहूनही कठीण आहे..!

बरं.. मी गावी जावून करू तरी काय..? तेथेही काही काम नाही की काही उपजीविका करण्याचं साधन नाही. तेथे काही काम नाही म्हणून तर येथे आले होते.

आता येथे जे उपजीविका करण्याचं साधन मिळाले होतं. तेही या कोरोनाने हिरावून घेतलं आहे..! कोणी मदतीला नाही की कोणी आमची वेदना समजून घेणारं नाही..!

हे देहविक्रीचे काम सोडून कुठलं घरकाम करायचं म्हटलं तरी आमच्यावर कोणाचा विश्वास आहे..? कोण आम्हाला त्यांच्या घरचे काम देईन..? आम्ही बदनाम झालो आहोत. त्यामुळे हेच काम आमच्या नशिबात आहे..! तेच आमचं दैव आहे..! याला मी दैव म्हणू की दुर्दैव..!

एकटी असते तर गळ्याला फास लावून मरून गेले असते..! पण हे प्रेमाचे बंध माणसाला सुखाने मरूही देत नाहीत. त्या प्रेमासाठी जगावं लागतं..!

ज्यांनी मला जन्म दिला त्यांच्यासाठी तर जगायचंच आहे, पण ज्याला मी जन्म दिला आहे. त्या च्यासाठी तर मी मरायचा विचारही करू शकत नाही..!

तोही बिचारा एकटाच आहे. त्याला आई म्हणून मी आहे. कारण तो माझ्या कुशीत वाढला आहे. मी त्याला जन्म दिला आहे..! पण त्याचा बाप कोण आहे... हे त्याला काय..? मलाही माहिती नाही..!

मग त्या बाळाला कुठे सोडून जावं..? मी वेश्या असले तरी एक आई माझ्या हृदयात वसलेली आहेच.

ती आई प्रत्येक स्त्रीमध्ये वसलेली असतेच..! मग ती स्त्री कोणीही असो..!

ती कुठलाही व्यवसाय करीत असो की कुठल्याही जाती, धर्माची असो..! पण स्त्रीला या वेदना सहन कराव्याच लागतात.

पुरुषाचं एक बरं असतं...! कुठे कुठे जावून बी पेरणी करून निघून जातात. पण मग उगवलेला तो कोवळा कोंब त्या धरती मातेला तसाच टाकून निघून जाता येत नाही. त्याचे लालन पालन तिला करावेच लागते. त्याचा सांभाळ करावा लागतो. त्याची चिंता तिलाच करावी लागते.

तोही दूर शहरात एका वसतीगृहात राहून शिकत आहे. माझ्या अशा व्यवसायाचा त्याच्या मनावर परिणाम व्हायला नको. म्हणून त्याला

माझ्यापासून दूरच ठेवलेलं आहे. किती दुर्दैवी आई आहे मी..? माझ्या मुलालाही मी माझ्या जवळ ठेऊ शकत नाही की त्याला प्रेमाने आपल्या कुशीत घेऊ शकत नाही..!

त्याच्याही शिक्षकांचा फोन आला होता.... की त्याची फी भरा लवकरात लवकर..! कुठून भरणार फी..? कोठून आणू एवढा पैसा...? कधी जाईल हा कोरोना..? आणि सर्व व्यवस्थित होईल...! आणि कधी एखादा पुरुष येईल आणि माझ्या देहाचा व्यवहार करून मला पैसे देईन..?

किती विचित्र जीवन आहे माझे..?

ज्यांनी मला जन्माला घातलं त्यांच्याशी खोटं बोलावं लागत आहे आणि त्यासाठी माझ्या शरीराची बोली मलाच लावावी लागत आहे. आपल्याच माणसांना जगवण्यासाठी..! हे माझं दुर्दैव आहे..!

आपलं मानलेल्या माणसांना जगविण्यासाठी... वाढविण्यासाठी मला माझे मन मारावे लागत आहे. त्यांच्याशी खोटे बोलावे लागत आहे. तिला त्या टवाळखोर पुरुषाचे हिनवणं आठवलं... आणि ती व्यथित झाली.

“हो. मी एक वेश्या आहे...! पण त्या आधी मी एक स्त्री आहे. माझ्या हृदयात एक मुलगी... एक बहीण... एक आई आहे...!

एक स्त्री आपल्या माणसांना असं सोडून जाऊ शकत नाही आणि मरूही शकत नाही..!

मी अपघाताने... फसवणुकीने या व्यवसायात आले आहे..! मलाही लाज लज्जा आहे..! पण हा व्यवसाय फक्त आणि फक्त शरीराचा आहे. यात मनाला काही किंमत नाही..!

जो तो फक्त चेहरा बघतो. शरीर बघतो आणि भोगतो...! त्यात तिच्या मनाची व्यथा आणि वेदना कोण समजून घेतो..?

कोरोनाने तर माझी अवस्था फारच दयनीय करून टाकली आहे. त्या टवाळखोराला तरी माझ्या मनाच्या या व्यथा काय करणार...? तो तर खिल्ली उडवून निघून गेला आणि माझं मन दुखावून गेला.

माझ्या मनातील या वेदनांची खबर ना त्याला आहे... ना माझ्या शरीराचा भोग घेणाऱ्या पुरुषांना आहे... ना त्या सुसंस्कृत समाजाला आहे..!"

या विचाराने ती अधिकच व्यथित झाली आणि तेथेच दारात बसून रडत राहिली. तिच्या दाराबाहेर असलेल्या रंगीन दुनियेला तिच्या वेदनांची थोडीही जाणीव नव्हती..!

❑❑

८

तिच्या मनाची व्यथा

"काय ग..! काय अवतार केला आहेस..?"

तिच्याकडे पाहून तिचा नवरा तिला म्हटला... तसं तिला वाईट वाटलं..!

तो सुटीचा दिवस होता. दिवसभर ती सर्वांच्या फरमाईशी पूर्ण करत होती. आता तिने सर्व किचन आवरलंआणि तशीच घामाघूम होऊन किचनमधून बाहेर आली.

ती किचनमध्ये कामाने घामाघूम झाली होती. त्या किचनमध्ये सीलिंग फॅनही नव्हता. तिने नवऱ्याला कितीदा सांगितलं होतं की त्या किचनमध्ये एक छोटासा फॅन बसवून दे.

पण आज नाही उद्या नक्कीच फॅन बसवतो... असं करत करत कितीतरी वर्ष निघून गेली होती. पण तिच्या किचनमध्ये फॅन बसला नव्हता. त्या किचनमधील गरमीने तीही वैतागायची. तिच्या केसांमधून घाम निघून चेहऱ्यावर आणि पाठीवरून खाली जायचा.

त्या गरमीमुळे तिला घाम यायचा आणि ती कासावीस व्हायची. तिचे केसही अस्ताव्यस्त होऊन तिच्या चेहऱ्यावर पसरायचे. त्या ओल्या चेहऱ्यावर ते केस चिकटून राहायचे. त्या घामाने तिचा चेहराही काळवंडून गेला होता.

तसेच तिचे कपडेही घामाने भिजून जायचे आणि मग ते कपडे घाण

व्हायचे. तिच्या त्या कपड्यांनाही मग तेल, तूप यांचा तेलकट आणि घामट वास यायचा. त्यामुळे तीही वैतागायची. पण तिला हा त्रास सहन करावा लागत होता. तिचा नाईलाज होता.

आणि आता तिचा तोच अवतार पाहून तिचा नवरा तिच्यावर चिडला होता. तिचा नवरा तिच्यावर चिडला. यामुळे तिला वाईट वाटलं.

सर्वांच्या कामाच्या रगाड्यात तिला स्वतःकडे लक्षच देता येत नाही. प्रत्येकाच्या वेळा आणि त्या वेळेत त्यांची कामं करावी लागत होती. आता त्याचा राग बघून ती काहीच बोलू शकली नाही. तसं काही बोलण्याचा तिचा स्वभावही नव्हता.

तिला सकाळचा प्रसंग आठवला...

तिचा मुलगा मोबाईलमध्ये काहीतरी बघत होता. तो अभ्यास सोडून मोबाईल खेळत बसे. त्यामुळेही ती त्याच्यावर लक्ष ठेवत असे. आताही तो तसाच मोबाईल मध्ये गुंग झालेला पाहून तिने त्याला विचारलं...

"काय शोधतो आहेस रे केव्हाचा मोबाईलमध्ये..?"

आपल्या आईच्या बोलण्याचा त्याला राग आला. त्याने तिच्याकडे दुर्लक्ष केलं म्हणून तिने त्याला पुन्हा विचारलं...

"मी काय विचारते आहे..! तिकडे लक्ष आहे का तुझं..?"

त्याची तंद्री डिस्टर्ब झाल्याने तो आपल्या आईवर ओरडला...

"जरा गप्प बस ना..! काय सांगू तुला..? तुला काय कळतं त्यातलं..?"

त्याच्या अशा बोलण्याने तिच्या डोळ्यात पाणी तरळलं होतं. ज्याला मी जन्म दिला... ज्याला मी लहानाचा मोठा केला तोच मला म्हणतो की... तुला काय कळतं त्यातलं..? पण अजून तो लहान आहे असा विचार करून तिने आपला झालेला अपमान मनातच ठेवला आणि मनावर संयम ठेवून ती म्हटली...

“तसं नाही रे बाळा..! माझं जरा छोटंसं काम होतं..!”

त्याने आपल्या आईचं वाक्य पूर्ण व्हायच्या आधीच तो म्हटला...

“मला माझं काम आहे..! मला नको सांगू. तूच करून घे ना..! नाहीतर ताईला सांग..!”

त्याचं वाक्य त्याच्या बहिणीच्या कानावर पडलं तशी ती त्याच्यावर ओरडली...

“ए शहाण्या..! मला अभ्यास नाही का..! मला नाही जमणार..! तू तर नुसताच मोबाईल खेळत बसतो..! तू कर ना जरा आईला मदत..!”

आता तो काही बोलणार त्याच्या आधी तीच म्हटली...

“तुम्ही राहू द्या..! मीच करते..! माझं काम..!”

असं म्हणून ती स्वतःच कामाला लागली. तिचा नेहमीचा अनुभव होता की तिचं काम कोणीच करणार नाही. तिचं कोणीच काही ऐकणार नाही. तिला स्वतःलाच ते काम करावं लागेल.

तिला घरची कामं असायची. त्यात बाहेरची सर्वच कामं ही तिलाच करावी लागत होती. कोणाची तिला मदत होत नव्हती. त्यामुळे तिचं मात्र स्वतःकडे दुर्लक्ष होत होतं. तिचं दुःख मात्र कोणीच समजून घेत नव्हतं.

हे असं वर्षानुवर्ष चाललं होतं. आणि असे प्रसंग वारंवार होत होते.

तिच्या मनात बरंच काही होतं. आणि तिलाही बरंच काही सांगायचं होतं. पण ती सांगत नव्हती की ती सांगू शकत नव्हती.

तिला वाटायचं... की कोणीतरी तिला समजून घेतलं पाहिजे की... तीही आता थकली आहे. सर्वांची कामं करून करून आता तिचे त्राण गेले आहे.

तिच्या कामात कोणी मदत केली तर ती स्वतःकडेही लक्ष देऊ शकेल. ती तिचे छंद पूर्ण करू शकेल. कधी थोडं फिरणं... कधी मैत्रिणींना भेटणं..

त्यांच्याशी गप्पा करणं.. थोडा योग करणं... ह्या तिच्या मनातील इच्छाही होऊ शकतील..! तिलाही थोडा विरंगुळा मिळेल.

"तिच्या पंखातील बळ आता गेलं आहे. तिची भरारी घेण्याची उमेद संपली आहे." असं तिला बरंच काही सांगायचं होतं. पण तिचं त्यांच्यावरील प्रेम आणि वात्सल्य यामुळे ती काही बोलत नव्हती.

अजून बरंच काही नेमकं तिला काय सांगायचं आहे. हे ही तिला कळत नव्हतं.

मला काहीतरी सांगायचंय..! असं सारखं तिला वाटत होतं. पण काय सांगायचं आहे ते तिला शब्दात मांडता येत नव्हतं.

त्यांना काय आणि कसं सांगायचं..? याचा विचार करता करता तिच्या मनात आलं...

"मी जर घरातील सर्वांची त्यांनी न सांगता कामं पूर्ण करते तर... मीही न बोलता माझ्या माणसांनीच मला का समजून घेऊ नये..! कमीत कमी माझ्या नवऱ्याने तरी मला समजून घ्यावं..!"

खरं म्हणजे हेच तिला सांगायचं असावं..!

❑❑

९

तिला काहीतरी सांगायचं होतं..!

"पप्पा..! मला काहीतरी सांगायचं आहे..! पप्पा... मला थोडं तरी बोलू द्या ना..! माझं म्हणणं ऐका तरी पप्पा..! प्लीज पप्पा..!"

ती दादर स्टेशनावर रात्री दोन अडीच वाजता अर्धवट झोपेत बडबडत होती. आपले हात जोडून आपल्या वडिलांना काही तरी सांगायचं आहे म्हणून ती विनवणी करत होती..!

ती पंधरा वर्षांची अल्लड आणि हुशार मुलगी होती. तिचा चेहरा सुंदर होता आणि देहयष्टीही चांगली होती. तिचे केस विस्कटलेले होते. तिचे कपडे पाहून ती चांगल्या घरची मुलगी असावी असं वाटत होतं. पण ते कपडे आता मळलेले आणि चुरगळलेले होते. तिच्या पायातील चपला खाली पडलेल्या होत्या आणि एक छोटीशी बॅग डोक्याखाली घेऊन ती अर्धवट झोपेत होती.

तिच्या चेहऱ्यावर कसली तरी भीती होती. त्या भीतीपोटी ती बडबडत होती. तिला ते भीतीदायक चित्र स्वप्नातही घाबरवत होतं.

ती भयावह घटना तिला आठवत होती...

साधारणतः महिन्यापूर्वीची गोष्ट आहे.

"आई..! बाबा..! बघा मला काय मिळालं आहे..?"

असं आनंदाने ओरडतच ती घरात शिरली होती. पण तिचं आनंदाने

आकाशात उडणारं विमान क्षणार्धातच जमिनीवर येईल. याची तिला घरात शिरताना थोडीशीही कल्पना नव्हती.

त्या दिवशी ती शाळेतून धावतच घरी आली. तिला नववीच्या वर्गात चांगले गुण मिळाले होते आणि ती शाळेतून त्या वर्गात पहिली आली होती.

तशी ती लहानपणापासूनच हुशार होती. अगदी पहिलीपासून ती प्रत्येक वर्गात प्रथम यायची. प्रत्येक कार्यक्रमात हिरीरीने भाग घ्यायची. त्या कार्यक्रमात ही तिला पारितोषिके मिळायची.

यावेळीही तिला चांगले गुण मिळाले होते. ते आपल्या आई वडिलांना सांगण्यासाठी आणि त्यांच्या तोंडून तिचं कौतुक ऐकण्यासाठी ती उत्सुक होती.

"आई..! बाबा..! हे बघा मी काय मिळवलं आहे..!"

असा आवाज देतच ती घरात घुसली. तिच्या हातात शाळेतून पहिली आली म्हणून छोटासा कप बक्षीस मिळाला होता.

तिने पाहिलं. तिचे आई वडील कसल्यातरी गहन चर्चेत गुंग होते. तिला पाहताच ते चपापले. तशी ती एकदम शांतपणे उभी राहिली.

पण तिच्या हातातील कप पाहून तिच्या आईने प्रेमाने जवळ घेतलं आणि कौतुक केलं..!

"किती छान..! अभिनंदन बेटा..!"

आणि तिने एकदा आपल्या आईकडे आणि नंतर तिच्या वडिलांकडे पाहिलं. आज तिचे वडील जास्तच गंभीर चेहरा करून बसले होते. याची जाणीव तिला झाली तसं तिने आईला विचारलं...

"काय झालं आई..? काही टेन्शन आहे का..?"

तिच्या या बोलण्याने तिच्या आईचे डोळे भरून आले आणि ती पदराने

आपले डोळे पुसत काही न बोलता किचन मध्ये निघून गेली.

ती आईच्या पाठमोऱ्या आकृतीकडे बघत मोठ्या आशेने आपल्या बाबांजवळ बसली.

"काय झालं पापा..?"

तिच्या बाबांनी गंभीर नजरेने तिच्याकडे पाहिलं आणि तिला म्हटले...

"बेटा..! आता तू मोठी झाली आहे..! लोकांच्या नजरा चांगल्या नाहीत. ते सर्व मुलींकडे वाईट नजरेने बघतात."

"तर मग काय..? पापा..!"

त्यांनी तिच्याकडे दुर्लक्ष केलं आणि पुढे बोलत राहिले.

"तशी मुलगी ही परक्याचं धनच असते. किती दिवस ही अशी तरुण मुलगी घरात ठेवायची. दुष्ट लोकांची भीती वाटते..!"

ती चुपचाप त्यांचं बोलणं ऐकत होती. तिच्या बाबांना नेमकं काय सांगायचं आहे..! हे तिच्या निरागस आणि अल्लड मनाच्या लक्षात येत नव्हतं.

"म्हणून मी एक निर्णय घेतला आहे. तुझं बाहेर जाणं आता बंद..! तुझी शाळाही बंद..! जेवढं शिकलीस तेवढं खूप झालं..!"

"पण पापा..! मी घरात बसून करू तरी काय..?"

"तशी वेळ तुझ्यावर येणार नाही. मी तुझं लग्न ठरवलं आहे..! चट मंगनी पट ब्याह..!"

तिला आपल्या वडिलांचं बोलणं ऐकून धक्काच बसला. तिने आपल्या वडिलांसमोर हात जोडले. त्यांच्या पायावर पडली.

"पापा..! मला काही सांगायचं आहे..!"

पण तिचे वडील अधिकच कठोर होत म्हटले...

"तू काहीच बोलू नकोस..! आणि मला सांगू नकोस. मी तुझं काही ऐकून घेणार नाही..!"

ती अजीजीने आपल्या वडिलांना म्हटली...

"पापा..! एकदा तर ऐकून घ्या..! मला तुम्हाला काहीतरी सांगायचं आहे..!"

"मी कोणाकोणाचं ऐकू..? तू आता मोठी झाली आहेस. तुला बाहेर फिरू दिलं तर आपला समाज काय म्हणेल..?याची चिंता मला आहे..!"

"पण पापा..!"

तिला तिच्या वडिलांनी पुढे बोलूच दिलं नाही. तिला तेथेच थांबवत ते म्हटले...

"तू आता मोठी झाली आहेस. या वयात तुझं लग्न केलं नाही तर लोक काय म्हणतील मला..? आणि असा विस्तव जवळ बाळगला आणि तू काही चुकीचं पाऊल उचललं तर समाजाचे लोक माझ्याच तोंडात शेण घालतील..!

ते काही नाही..! तू आता काही बोलायचं नाही. मी सांगेन ते चुपचाप ऐकायचं..! तुझ्या आईला ही मी गप्प केलं आहे. आता तूही गप्प राहा..! आपल्या सर्वांच्या भल्यासाठी मी हा निर्णय घेतला आहे..!"

त्यानंतरही ती रडत राहिली. आपल्या वडिलांना विनवत राहिली...

"पण पापा..! तुम्ही ऐकून तर घ्या..! तुम्हाला नाही पटलं तर तुम्ही कुठलाही निर्णय घ्या..! माझं काही म्हणणं राहणार नाही..! पण मला बोलू तर द्या... माझ्या मनातील गोष्ट सांगू तर द्या..!"

पण तिच्या वडिलांनी तिला काही सांगायची एकही संधी दिली नाही आणि तिचं म्हणणंही ऐकून घेतलं नाही.

ती तशीच रडत राहिली आणि तशीच बसून राहिली. तिचे वडील उठून तरातरा निघून गेले.

त्यानंतरही तिने बऱ्याचदा आपल्या वडिलांना सांगण्याचा प्रयत्न केला. पण त्यांनी तिचं काहीही ऐकून घेतलं नाही. ती आतल्या आत घुसमटत राहिली.

तिच्या मनातील गोष्टींनी आणि तिच्या वडिलांच्या अशा विचारांनी ती आतल्या आत कुढत राहिली. तिच्या मनात विचारांची कोंडी झाली.

आपल्या वडिलांच्या विचारात काहीतरी बदल होईल या आशेवर ती काही दिवस होती. पण तसं काही झालं नाही.

तिचं बाहेर जाणं बंद झालं होतं. तिची शाळा बंद झाली होती. तिच्या मैत्रिणींच्या भेटी थांबल्या होत्या. तिच्या मैत्रिणींसोबत होणाऱ्या गुपित गोष्टी थांबल्या होत्या. तिचं शिक्षण थांबलं होतं. त्यामुळे तिची स्वप्नंही संपली होती.

जसजसे दिवस जाऊ लागले तसतशी तिची निराशा वाढत होती. ती उदास राहू लागली. तिचं कशातच लक्ष लागत नव्हतं. तिचं खाण्यापिण्यातूनही लक्ष उडालं होतं.

ती आता हसत नव्हती की बोलतही नव्हती. ती एकलकोंडी झाली होती. तिची उदासी वाढली होती. तिचा उत्साह संपला होता. तिचा आनंदही हरवला होता. आता ती आपल्यातच हरवून गेली होती.

तिची अशी अवस्था बघून तिच्या आईला वाईट वाटायचं.

पण आपला नवरा काय म्हणेल..? त्याला काय वाटेल..? आतापर्यंत घरातील सर्व निर्णय तोच घेत आला आहे. आता मी त्याला काय सांगू..? आणि आता तो माझं काय ऐकेल..?

या विचाराने ती काही बोलत नव्हती. ती गप्प बसून आपल्या मुलीची दयनीय अवस्था बघत होती.

"उद्या तुला मुलगा बघायला येणार आहे लग्नासाठी..! चांगला श्रीमंत आहे. तुला कसल्याच गोष्टीची कमतरता भासणार नाही..!"

तिच्या वडिलांनी तिला आपला निर्णय ऐकवला आणि ते पुढे म्हटले...

"चांगली तयारी कर. त्यांना तू पसंत पडली पाहिजे..! काही गडबड करायची नाही..!"

या गोष्टीने ती कासावीस झाली. आता काय करावं हे तिच्या लक्षात येत नव्हतं.

आता ती अधिकच अगतिक झाली होती. आणि तिने आपल्या मनातील गोष्ट वडिलांना सांगायचा शेवटचा प्रयत्न करून पाहिला.

"पापा..! मी काय म्हणते आहे ते तुम्ही ऐका तरी..!"

पण ते चिडले. आता त्यांचा पुरुषी अहंकार जागा झाला होता. ते तिला म्हटले...

"मला तुझं काहीच ऐकायचं नाही. तू काहीच सांगू नकोस..! मी त्यांना शब्द दिला आहे. ते उद्या येतीलच. तू मात्र तयार रहा..!"

तरीही ती त्यांना सांगण्याचा प्रयत्न करतच राहिली. पण ते टसचे मस झाले नाहीत आणि त्यांनी तिचं म्हणणं ऐकून घेतलं नाही.

रात्री ती बेचैन होती. तिच्या मनात विचारांचा गोंधळ चालू होता. तिला झोपही लागत नव्हती.

संध्याकाळी ती जेवलीही नव्हती. तिला आता रडूही येत नव्हतं. पण आतून ती दुःखी झाली होती. ती आतल्या आत कुढत होती.

काय करावं याचाही निर्णय तिला घेता येत नव्हता. तिच्या मनाची

घालमेल वाढत होती. आणि अखेर तिने निर्णय घेतला..!

तिने आवश्यक ते कपडे एका लहान बॅगेत भरले आणि त्या रात्री ती घरातून पळून गेली. ती तशीच स्टेशनवर पोहोचली आणि मिळेल त्या गाडीत बसून ती पळून गेली.

ती गाडीत एका कोपऱ्यात बसून राहिली. त्यामुळे कोणीही तिच्याकडे लक्ष दिलं नव्हतं.

ती तशीच तहानेली आणि भुकेली बसून होती. ती आपल्याच विचारात हरवलेली होती. ती कुठे चालली आहे हेही तिला कळत नव्हतं.

एका बाजूला तिला घराची आठवण येत होती. आपल्या आईची आठवण येत होती तर दुसऱ्या बाजूला तिला तिची स्वप्नं खुणावत होती.

काय योग्य आणि काय अयोग्य हे समजणं तिच्या आवाक्याबाहेर होतं. तिचं मन त्यात झुलत होतं.

तिला आता घरी परत जावं असंही वाटत नव्हतं.

कसलं घर होतं ते..?

एक खुली जेलच होती. तेथे तिच्या विचारांना काही महत्त्व नव्हते. कुठल्याही गोष्टीचं स्वातंत्र्य नव्हतं..! न बोलण्याचं... न काही सांगण्याचं..!

बाबा सांगतील तीच पूर्व दिशा..! त्यात काही बदल नाही.

दोन दिवसांनी तिची ट्रेन दादरला पोहोचली. पहाटे तीन वाजता..!

त्यावेळी ती झोपेत होती. तिला माहितीच नव्हतं की ती कुठे चालली आहे. तिला तहान भुकेने ग्लानी आली होती.

तिला लोकांचा गजबजाट ऐकू आला तशी तिने डोळे किलकिले करून बाहेर पाहिलं. सर्वजण गाडीतून उतरून पटापट बाहेर निघून जात होते.

ती कुठे जाणार होती..?

ती तशीच झोपेत खाली उतरली आणि तिला रात्री काही खाल्लं नव्हतं त्यामुळे तिला ग्लानी आणि थकवा आला होता. ती प्लॅटफॉर्मवर उतरून तशीच एका कोपऱ्यात पडून राहिली. तिच्या पायातील चप्पलही तशीच पडलेली होती आणि तिच्या डोक्याखाली तिने आपली छोटीशी बॅग घेतली होती.

"ए... चल उठ यहा से..!"

एक पोलिस काठी आपटत तिला उठवत होता. ती घाबरून उठून उभी राहिली. तिच्या डोळयांवर असलेली झोपेची पेंग अजून गेलेली नव्हती.

"कहा जाना है..? कहा से आयी हो..?"

त्याने तिला विचारलं. पण तिच्याजवळ त्याच्या कुठल्याच प्रश्नाचं उत्तर नव्हतं. तिने आपले डोळे चोळत त्या पोलिसांकडे पाहत राहिली. खरं म्हणजे ती घाबरून गेली होती. ती भांबावून गेली होती. तसं तिला भीतीने रडूच फुटलं.

तिचा चेहरा आणि अंगावरील कपडे पाहून त्याला तिचा संशय आला.

"घर से भाग के आयी है क्या..?"

तशी तिने घाबरतच मान हलवली आणि तो तिला पोलीस स्टेशन मध्ये घेऊन गेला.

तेथे तिची चौकशी केली की ती कुठून आली..? तिच्या वडिलांचे नाव काय..? तिचं गाव कोणतं..? कोणत्या राज्यातून पळून आली आहे..? तिच्या घराचा फोन नंबर काय आहे..?

ही सर्व माहिती तिच्याकडून घेतली आणि तेथील इन्स्पेक्टर तिला म्हटले...

"तुझ्या बाबांना फोन लावत आहे. ते तुला येथून घरी घेऊन जातील..! काही काळजी करू नको..!"

तिला तो घराचा जेलखाना आठवला. तिचा आवडता पिता आता जेलर झालेला होता. ते तिला आठवलं. तिच्या आईची घुसमट आठवली. तिच्या बाबांचा पुरुषी अहंकार आठवला. त्यांची समाजाची भीतीही आठवली. तशी ती घाबरून त्यांना म्हटली...

"साहेब... मला परत घरी जायचं नाही..!"

"मग तू कुठे जाशील..? तू तुझ्या घरीच सुरक्षित आहेस. येथे तुला कोणीही फसवेन..!"

"पण मला घरी का जायचं नाही... ते तर ऐकून घ्या साहेब..!"

ती धीर धरून त्यांना म्हटली. तसे ते म्हटले...

"तो तुमचा घरगुती प्रश्न आहे..! त्यात मी काही करू शकत नाही..! एकदा तुझ्या वडिलांच्या ताब्यात तुला दिलं की आमचं काम संपलं..!"

"पण साहेब... मी काय म्हणते..!"

पण साहेबांनी तिचं म्हणणं ऐकून घेतलं नाही. ते तसेच उठून दुसऱ्या केसच्या मागे लागले.

ती तेथेच बसून राहिली आणि विचार करत बसली...

"मला माझं एक स्वप्न आहे. मला शिकून खूप मोठं व्हायचं आहे. इतक्या लहान वयात मला लग्न करायचं नाही. तेही माझ्यापेक्षा खूप मोठ्या पुरुषासोबत तर नाहीच नाही..!

मी सुध्दा एक माणूस आहे. माझंही वेगळं व्यक्तिमत्त्व आहे. माझे स्वतंत्र विचार आहेत. कोणीही पुरुष मग तो बाप असो की नवरा... त्याचे विचार माझ्यावर का लादले जातात..?

मला माझ्या इच्छा का पूर्ण करता येत नाही..? का मी माझ्या मनाप्रमाणे जगू शकत नाही..?

बापाने ठरवावं की आता बाहेर जावू नकोस..! आता त्याच्याशी बोलू नकोस..! आता तुझं बाहेर जाणं बंद..! आता तुझं शिक्षण बंद..! आता तू मी सांगेन त्याच्याशीच लग्न कर..!

मग त्या नवरा नावाच्या पुरुषाने ठरवावं की तो सांगेन तेव्हा तेव्हा त्याच्या शय्येवर यावं..?आणि त्याला त्याच्या इच्छेनुसार मी माझं शरीर ओरबाडू द्यावं..! मी कधी आई व्हावं..? कितीदा आई व्हावं..? हेही त्यानेच ठरवावं..!

असं का..?

कारण तो एक पुरुष आहे आणि मी एक स्त्री आहे म्हणून..!

एक पुरुष म्हणून त्याच्या मताला इतकी किंमत..! आणि मी स्त्री म्हणून माझ्या मताची किंमत शून्य..! माझ्या स्वतःसाठी माझ्याच स्वतःच्या मताला काहीच किंमत नाही..!

नेहमी स्त्रीनेच पुरुषाचं ऐकावं..! असा काही नियम आहे का या पुरुषसत्ताक दुनियेत..! स्त्रीला काही सांगायचं असलं तरी तिचं ऐकून घेणारे कोणी पुरुष नाहीत..!

कारण ती एक स्त्री आहे म्हणून पुरुषाचं ऐकावं..! स्त्रीला काही सांगायचं असेल तर तिला सांगायचा काहीच अधिकार नाही..!"

तिला असंच बरंच काही सांगायचं होतं...! पण ती मनातल्या मनात स्वतःशीच बोलत राहिली.

आता तिची व्यथा कोणीच ऐकून घेणार नाही हे लक्षात येऊन ती गुडघ्यात मान घालून रडत बसली होती. आता ती गप्प गप्पच बसली होती.

तिला जे काही सांगायचं होतं ते तिच्या मनातच राहिलं होतं..!

❑❑

१०

गोष्ट एका लग्नाची..!

"अरे श्याम... वहिनीला कुठे सोडून आलास..! सोबत का नाही आणलं..!"

श्यामच्या मित्राने नुकतंच लग्न करून आलेल्या श्यामला विचारलं... तसा त्याचा चेहरा पडला..!

तसाही त्याचा चेहरा काही आनंदी नव्हता. तो लग्न करून आल्यापासून काहीतरी निराशा त्याच्या चेहऱ्यावर दिसत होती. मोठ्या मुश्किलीने तो बोलला...

"काय करू तिला सोबत आणून..? मला ती पसंत नाही..!"

त्याने आपल्या मित्राला अशा अगदी निर्वाणी च्या शब्दात सांगितलं. तसा त्याच्या मित्रांना एकदम धक्काच बसला.

याचं आठ दहा दिवसांपूर्वी लग्न झालं. आणि आता हा म्हणतो आहे की... मला बायको पसंत नाही म्हणून..!

ते पाच सहा मित्र एकाच ठिकाणी नोकरीला होते. त्यांची आधीच लग्न झालेली होती आणि तोच एकटा बिन लग्नाचा होता. त्यामुळे त्याचे मित्र त्याला लग्न करण्याविषयी सांगायचे. सर्व मित्र मिळून त्याची गंमत करायचे. त्यात त्यांच्या बायका पण सामील असायच्या.

आणि आता हा लग्न करून आला तर बायको पसंत नाही म्हणत आहे..!

ते सर्वजण मित्र होते आणि सुरतसारख्या शहरात नोकरीला होते. त्याचे ते मित्र कामामुळे त्याच्या लग्नाला जाऊ शकले नव्हते.

खरं म्हणजे त्याने तशी लग्नाची पत्रिकाही पाठवली नव्हती. आणि त्याचा कोणीही मित्र लग्नाला गेला नव्हता.

त्यामुळे त्याच्या बायकोला कोणी पाहिलं नव्हतं. आता त्याला त्याची बायको का पसंत नव्हती... हेही कळायला मार्ग नव्हता.

आणि आता सर्व मित्र इथे एका सुंदर सोहळ्यात जमले होते आणि त्या सोहळ्यात तो बायकोला घरी एकटीला टाकून तो आला होता. त्याचं हे वागणं तसं विचित्रच वाटत होत..!

मग त्याला एका मित्राने जरा बाजूला घेऊन विचारलं...

"अरे नेमकं काय झालं..? ते तरी सांग..!"

"काय करणार आहेस ऐकून..? त्यात काही बदल होणार आहे का..!"

"एकदा सांग तरी..! जरा बरं वाटेल तुला आणि बघू तर दे काय झालं ते..!"

मग त्याने त्याच्या लग्नाची कथा सांगितली...

"मी लग्न करायला गावी गेलो... तर माझ्या बापाने आधीच माझ्या लग्नासाठी मुलगी शोधून ठेवली होती. आणि एवढंच नाही तर तिला पसंत ही करून ठेवली होती. आणि तसा शब्दही तिच्या वडिलांना देऊन ठेवला होता की... माझा गोविंदा आला की लगेच लग्नाचा बार उडवून देऊ..!

तुमची मुलगी पसंत आहे आम्हाला...! मग मला काही करायला त्यांनी शिल्लकच ठेवलं नव्हतं. तसा मी त्यांच्या या गोष्टीला बराच विरोध केला. कारण मी तिला पाहिलं तेव्हाच ती मला पसंत नव्हती.

पण बापाचा रेटा फारच होता. त्यांनी माझे काहीच ऐकून घेतले नाही.

आणि मग मी नाईलाजाने चुपचाप लग्नासाठी तयार झालो.

माझं लग्न माझ्या पसंतीच्या मुलीशी झालं नव्हतं. म्हणूनच तुम्हाला लग्न पत्रिकाही पाठवली नव्हती.”

“ते ठीक आहे..! पण ती मुलगी का पसंत नाही तुला..!”

“दिसायला इतकी सुंदर नाही आणि एकदम गावंढळ आहे ती...! मला लाज वाटते चार चौघात तिला न्यायला...!”

“तर असं आहे हे सगळं...!”

त्याची ही रडकथा आणि लग्नकथा ऐकून त्याच्या मित्राने एक सुस्कारा सोडला... आणि म्हटला...

“मग आता काय करणार..?”

“काय करू आता...? लग्न तर झालं..! आता काहीच करू शकत नाही. राहीन असाच तिच्यासोबत...!”

त्याने हताश स्वरात सांगितले. तसा त्या मित्रांचा तिला भेटण्याचा उत्साह ही मावळला.

त्यानेही नंतर कधी तिला चार चौघात आणलं नाही की मित्रांना घरी बोलावले नाही. पण त्याचा आनंदी चेहरा हरवला होता. सतत दुखी कष्टी दिसत होता. आता तो उशिरापर्यंत बाहेरच राहत होता. मग कधी तरी रात्री उशिरा घरी जायचा.

एक दिवस ठरवून ते सर्व मित्र त्यांच्या बायकांसोबत अचानक त्याच्या घरी गेले.

त्या मित्रांना असं अचानक त्याच्या घरी आलेलं पाहून तो नाराज झाला. त्याने उदास स्वरातच सर्वांचं स्वागत केलं.

“या... या..! सर्वच आलात वाटतं..! या वहिनी तुम्हीही या..!”

त्याची बायको लगेच पाणी घेऊन आली. तशी तीही आनंदी दिसत नव्हती.

कदाचित तो तिच्याशी भांडला असेल... असं वाटत होतं. पण तिला पाहून त्या सर्वांना धक्काच बसला.

ते तिचं गबाळे रूप..! ते तिने नेसलेलं नऊ वारी लुगडं..! केसांचा बुआ..! सर्व कपडेही अस्ताव्यस्त..!

पण ती दिसायला तशी बरी होती. लहानपणापासून शेतात काम करत असल्याने तिचा चेहरा उन्हाने काळवंडलेला असावा. असं तिला पाहून वाटत होतं. तिची बोलीही एकदम गावठी होती. तिला वागण्या बोलण्याची ढब नव्हती.

तो सुरतसारख्या ठिकाणी होता. तेथील सुंदर गुजराती मुली त्याच्या बघण्यात आलेल्या होत्या. त्यांची सुंदरता... त्यांचं वागणं बोलणं त्याने पाहिलेलं होतं.

त्यामुळे हे असं गबाळे ध्यान त्याला पसंत पडलंच नसतं..! हे सर्वांना लक्षात आलं होतं.

पुरुषाच्या डोक्यात स्त्रीच्या सुंदरतेची वेगळीच कल्पना असते. ती गोरीपान असावी. ही पहिलीच महत्त्वाची अट बहुतेक पुरुषांची असते. जर एखाद्या स्त्रीचा रंग गोरा नसेल तर ती कितीही देखणी असली तरी ती स्त्री त्याच्या मनात भरत नाही.

या अटीत ती बसत नव्हती. हे उघडच होतं. त्यामुळे त्याला ती पसंत नव्हती.

पण नेमकी त्याच वेळी कर्म धर्म संयोगाची गोष्ट झाली..!

त्याला काही दिवसातच ट्रेनिंगसाठी पंधरा दिवस बाहेर मुंबईला जावं लागलं. आणि तो बायकोला घरी सोडून तो मुंबईला निघून गेला.

त्याच्या मित्रांना आणि त्यांच्या बायकांना ही सुवर्ण संधी मिळाली होती. त्याचा संसार सुखी आणि समाधानी करण्यासाठी त्यांनी प्रयत्न करायचे ठरवले.

त्यानंतर त्याचे सर्व मित्र आणि त्यांच्या बायकांनी किमयाच केली...

प्रथम त्याच्या बायकोची नऊ वारी लुगड्याच्याऐवजी साधी पाच वारी साडी नेसायला दिली. तिला त्याबद्दलच ट्रेनिंग मित्राच्या बायकोनं दिलं.

तिला चांगल्या ब्युटीपार्लरमध्ये नेऊन तिची केशभूषा आणि वेशभूषा सर्वच बदलून टाकलं..!

काही एटिकेट्स आणि वागण्या बोलण्याच्या पद्धती शिकवल्या. त्यात काही किचन टिप्स सांगितल्या. घर कसं टापटीप ठेवावं... याबद्दल ही माहिती दिली.

कोणाशी कसं बोलावं... कोणत्या प्रसंगी कसं वागावं तेही सांगितलं. ती गावाकडची होती. पण तशी ती हुशार होती त्यामुळे ती हे सर्व लवकरच शिकली.

आणि आता तिला अशा नव्या रुपात बघून आम्हालाही आश्चर्य वाटलं..!

तिच्या दिसण्यात, वागण्या बोलण्यात आमूलाग्र बदल झाला होता. आता ती फार सुंदर दिसायला लागली होती. ती आकर्षक ही दिसत होती.

या सर्व प्रयत्नांनी जणू एका बेढब अळीचं सुंदर फुलपाखरात रूपांतर झालं होतं.

तिचा तो आधीचा गावठीपणा बऱ्याच प्रमाणात कमी झाला होता. तिचा आत्मविश्वास वाढलेला दिसत होता. तिची आधीची काळवंडलेली त्वचा आता उजळली होती आणि ती आता छानच दिसत होती. आता ती सुंदर दिसू लागली होती.

तिच्या निराश चेहऱ्यावर सुंदर हास्य उमललं होतं. त्यामुळं ती अधिकच खुलून दिसत होती. तिच्या चेहऱ्यावर आत्मविश्वास दिसत होता.

पंधरा दिवसांनी तो घरी परत आला आणि तिला बघून त्याला धक्काच बसला.

तिच्या सौंदर्याने तो हरखूनच गेला. क्षणभर तर त्याने तिला ओळखलंच नाही. पण तिचं ते पालटलेलं रूप बघून आश्चर्यचकित झाला आणि आनंदी झाला.

त्याने कधी नव्हे ते तिला जवळ घेतलं होतं..!

हे सारं ते सर्व मित्र लपून बघत होते. त्याच्या चेहऱ्यावरील आनंद बघून सर्व मित्रही खुश झाले.

एक पसंत नसलेल्या मुलीचा संसार त्या मित्रांनी सावरून दिला होता. ते पुण्य त्या मित्रांच्या पदरी पडलं होतं. आणि... जवळपास लग्नाच्या एक दीड महिन्यानंतर त्यांचं खरं खरं मनोमिलन झालं होत..!

त्यांचे छत्तीस गुण जुळले होते की नाही माहीत नाही. पण त्यांचा सुंदर संसार मात्र छान जुळला होता.

आपली सुंदरता फक्त दिसण्यातच असते असे नाही..! आपली वेशभूषा... केशभूषा... तसेच घरातील स्वच्छता टापटीपपणा व्यवस्थितपणा यातूनही सौंदर्य खुलून येते... हेही सर्वजण या प्रसंगावरून शिकले होते..!

आणि येथेच त्यांच्या लग्नाच्या गोष्टीची सुंदर सुरुवात झाली होती..!

त्याने तिला पसंत नाही म्हणून सोडून दिली असती तर...

त्या गोष्टीची कल्पना करणंही कठीण आहे. तो पुरुष होता. त्याला हवी तशी दुसरी कुवारी मुलगी मिळाली असती. त्याने तिच्याशी लग्न केलं असतं. त्याचा दर्जा दुय्यम झाला नसता कारण... तो एक पुरुष होता..!

पण तिचं काय झालं असतं..?

ती एक स्त्री म्हणून तिच्या घरच्या लोकांनी आणि समाजातील लोकांनी तिलाच दोष दिला असता. तिच्या चारित्र्यावर संशय घेतला गेला असता.

"तिला पहिल्या नवऱ्याने का सोडलं..? त्याचं काय कारण आहे..?"

हे शोधताना कोणीही त्या तिच्या नवऱ्याचा दोष शोधला नसता आणि तिच्यातच त्यांना असंख्य दोष दिसले असते.

ती तरुण असूनही ती फक्त घटस्फोटित स्त्री आहे म्हणून तिला मोठ्या वयाचा विधुर नवरा मिळाला असता. त्यानेही खूप मोठी मेहेरबानी करून तिच्याशी लग्न केलं असतं. त्यात कदाचित त्याची आधीची दोनेक मुलंही तिला सांभाळावी लागली असती..!

महत्त्वाचं म्हणजे तिचा यात काहीही दोष नसताना तिला खूप काही सहन करावं लागलं असतं. आणि तिचा दर्जा अजूनच दुय्यम झाला असता. याचं कारण फक्त एकच होतं...

कारण ती एक स्त्री होती..!

❑❑

११

स्वप्नपूर्ती

"काय हो..! काय झालं..?"

त्याने तिला उठवायचा प्रयत्न केला तेव्हा ती गाढ झोपेतच होती आणि ती तशीच झोपेतच त्याला म्हटली.

त्याने तिला उठवण्यासाठी तिच्या अंगावरुन हात फिरवला. तिच्या गालांना स्पर्श करत होता. पण ती खूप झोपेत होती. तिला कितीतरी दिवसांनी शांत झोप लागली होती.

त्याने तिचा खांदा धरून दाबला आणि तिला उठविण्याचा पुन्हा प्रयत्न करीत होता.

रात्रीचा एक वाजला असेल. ती थकून गाढ झोपली होती. दिवसभराच्या कष्टाने ती थकून गेली होती.

आता तिच्या नवऱ्याला रात्री तिच्या सहवासाची इच्छा झाली होती. पण तिला मात्र त्यांच्या सहजीवनापेक्षा ही झोप अधिक गरजेची वाटत होती... इतकी थकली होती.

त्यांचं काम तसं फार कष्टाचं होतं. दोघेही कामावर जायचे. दिवसभराच्या अथक श्रमाने दोघेही थकून जायचे. नवरा बायकोमध्येही काही विशिष्ट संबंध असतात. हेही ते विसरून गेले होते.

त्यांच्या लग्नालाही तसे फक्त चार पाच वर्षच झाली होती. ते तरुणच

होते. पण पोटाची आग सर्व काही विसरायला लावते... अगदी मनाची आणि शरीराची भूक ही..!

त्यांचं एक साधेसे गोड स्वप्न होते... पोटभर अन्न मिळावं आणि आपल्याला छोटंसं बाळ असावं..!

आपल्याला एक छोटं बाळ असावं...! त्याच्या सोबत हसावं... खेळावं..! त्याच्याशी खेळताना दिवसभराचे कष्ट विसरून जावे..!

हेच तर त्यांचं सुंदर स्वप्न होतं आणि त्यासाठीच ते कष्ट उपसत होते. आता आपण कष्ट केले तर आपल्या मुलाला आपण सुखी करू शकू. असं त्यांना वाटत होतं. इतरांसारखा मुलांसोबत राहून आनंद घ्यावा. असं त्यांना वाटत होतं. दुसरा तरी काय आनंद होता त्यांच्या जीवनात..!

ना मोबाईल ना टीव्ही..! कसला विरंगुळा नाही. तो आणि त्याची बायको... आणि त्यांच्या व्यथा..! यातच ते गुरफटून गेले होते.

त्याने तिला उठविण्याचा पुन्हा प्रयत्न केला. तिच्या चेहऱ्यावरून आपला जाडा भरडा हात फिरवला. तिच्या चेहऱ्यावर आलेले केस मागे सारले आणि तिला आवाज दिला...

"गोदा... ये गोदा..! उठते का..?"

त्याच्या हाकेने तिला जाग आली. तिने आपल्या किलकिल्या डोळ्यांनी त्याच्याकडे पाहिले. पण ती अजूनही झोपेत होती. तिला काय झालं आहे हेही उमजत नव्हतं..!

"काय हो.. काय झालं..? कशापायी मला उठवत आहे..? सकाळ झाली का इतक्या लवकर..!"

असं म्हणत ती उठून बसली. तिच्या डोक्यात कायम कामाचे विचार असतं. आताही तेच विचार तिच्या डोक्यात फिरत होते. आणि आताही ती उठून बसली होती केवळ त्या कामाच्या विचारानेच..!

तो तिच्याकडे प्रेमाने पाहत राहिला.

"किती सुकुमार होती ही चार पाच वर्षांपूर्वी..! किती सुंदर दिसत होती लग्नाच्या वेळी..!

आणि लग्नानंतरही तिचं रूप अधिकच खुलले होते. पण त्यानंतर मात्र पैशांची चणचण वाटायला लागली आणि पोटाला पुरेसे अन्न मिळत नव्हतं.

त्यात तीही कामाला लागली. आणि मग तिच्या सौंदर्याची आणि तारुण्याची वाटच लागली. दोघांची रयाच गेली. ती सुंदर असून सुंदर दिसत नव्हती आणि तरुण असून तारुण्य दिसत नव्हतं.

हे कामही कष्टाचे होते... ऊस तोडणी चे..! दोघेही ऊस तोडणी कामगार म्हणून काम करीत होते.

तिच्या नाजुक देहाला हे काम जड होते. दिवसभर ऊस तोडायचा. त्यानंतर घरी येऊन जेवणाचे करायचे..!

त्यांचे घरही तसेच होते. साध्या कडब्याच्या पेंढ्या लावून शाकारलेली झोपडी..! त्यात ना लाईट ना उजेड..! त्यात विंचू, सापाची भीती वाटायची.

त्यात ती झोपडीही उघड्यावर होती...! त्या झोपडीला ना कसला आडोसा ना कसला पडदा होता ना कुठला एकांत होता.

त्यात ते थंडीचे दिवस होते. बाहेरून येणारे गार वारे त्यांच्या अंगाला झोंबत असतं. त्यांच्याकडे पुरेसे अंथरूण पांघरूणही नव्हतं..! त्यामुळे झोपही व्यवस्थित होत नव्हती.

त्यात तिच्या मनात बाहेर फिरणाऱ्या वात्रट आणि गुंड पुरुषांची भीती राहायची. त्यामुळे तिला नेहमी सावध राहावं लागत होतं.

त्यांच्या त्या छोट्याशा झोपडीत भाजीचे एक भांडे... पाण्याची कळशी... एक ताट... एक पेला... आणि थोड्या फार संसाराच्या वस्तू होत्या. त्यांचा असा कसाबसा संसार चालला होता... इतकंच..!

सकाळी अंधारात उठून ती कशीबशी सकाळची कामं आणि आंघोळ आटपून घ्यायची..! दिवसभर मग इकडे तिकडे जावून थोडंसं आडोशाला जाऊन उरकावे लागत असे.

त्यात ऊस तोडणीचे काम देणारा ठेकेदार काम करणाऱ्या बायांच्या मागावरच राहायचा. त्यांच्या मागे लागून राहायचा.

ती सुंदर होती. म्हणून तो मुद्दाम तिच्याशी बोलायचा आणि तिच्याशी लगट करायचा प्रयत्न करायचा. पण ती त्याला तशी संधी देत नसे. ती त्याच्यापासून चार हात दूरच राहायचा प्रयत्न करायची.

पण तो काहीही कारण काढून कधी तिच्याजवळ जायचा तर कधी तिला आपल्याकडे कुठलंही निमित्त करून बोलावून घ्यायचा आणि तिच्या जवळ जायचा प्रयत्न करायचा. तो त्रास सहन करून ती काम करत राहायची.

अशा प्रकारे ते दिवसाही कष्ट करत होते आणि रात्रीही इतर त्रास भोगत होते. फक्त एका छोट्याशा स्वप्नपूर्तीसाठी आपल्या जीवाला झिजवत होते.

आपलं एक छोटंसं बाळ असावं... हे त्यांचं छोटंसं स्वप्न होतं..! त्यासाठी ते हे कष्टाचं जीवन जगत होते.

आणि त्यासाठीच ते आपलं जंगल सोडून ऊस तोडणीच्या कामाला शहरात आले होते. पण त्यात देवाने पोट देऊन त्यांच्यावर खूप मोठा अन्याय केला होता... असं त्यांना वाटत होतं.

त्या छोट्याशा पोटासाठी त्यांना कष्ट करावे लागत होते. एवढं करूनही त्या कष्टाने त्यांचे पोटही भरत नव्हते. तसा त्यांच्या ऊस तोडणीचा मेहनतानाही कमी होता. कसं होणार होतं त्यांचं स्वप्न पूर्ण..? हे फक्त देवालाच माहिती असावं..!

"काय झालं..? काय पाहिजे तुम्हाला इतक्या रात्री..!"

तिच्या या प्रश्नाने तो आपल्या विचारांच्या तंद्रीतून बाहेर आला. तो भान

विसरून तिच्याकडे पाहत राहिला... तसं तिने त्याला हटकलं...

"अहो.. मी काय विचारते आहे..? काय झालं तुम्हाला..? अजून तर अंधारच दिसतो आहे बाहेर..! मग मला झोपू द्या की शांततेने..!"

तिला अशी थकलेली पाहून त्याची अनावर झालेली इच्छाही मेली. आता त्या इच्छेची जागा प्रेमाने घेतली. तिच्या काळजीने घेतली. आणि त्याने तिला प्रेमाने आपल्या जवळ घेण्याचा प्रयत्न केला. तशी ती त्याच्यापासून दूर सरकली.

"नको... माझी पाळी चुकली आहे...! आता बाळासाठी आपल्याला काळजी घ्यावी लागेल..!"

"काय..?"

त्याला ते ऐकून आनंदाचा धक्काच बसला. पण लगेच त्या आनंदाची आणि प्रेमाची जागा चिंतेने घेतली होती. त्याला आनंदही झाला होता. पण पोट भरण्याच्या चिंतेने व्यथितही झाला होता.

तो पैशांच्या चणचणीने अगतिक झाला होता. या सुंदर क्षणाचा आनंदही तो उपभोगू शकत नव्हता. त्याचे जीवनही तो सुख समाधानाने जगू शकत नव्हता.

त्याला बाळ हवंच होतं...! पण आधी त्या दोघांचे पोट तर भरायला हवं..! मग बाळाचा विचार करता येईल. असं त्याच्या डोक्यात होतं. आणि त्या विचारात त्याच्या लक्षात आलं की...

"दोन तीन महिन्यांनी ती ऊस तोडणीच्या कामावर जाणार नाही. मग तिच्या कामाचे येणारे पैसेही येणार नाहीत. त्यात ती कामावर जाणार नाही त्याचा दंड भरावा लागेल.

आधीच आपलं उत्पन्न तुटपुंजे..! त्यात ही आता अडचण झाली."

"काय ग कसं होईल आपलं..?"

त्याने चिंतेच्या स्वरात तिला विचारलं.

"कशाचं म्हणताय..?"

"तू कामाला गेली नाहीस तर... माझ्या एकट्याच्या मिळणाऱ्या पैशातून आपला संसार कसा होईल..? त्यातून तू कामावर गेली नाहीस तर... तो ठेकेदार दंड वसूल करीन तो वेगळाच..!"

तिला मागील चार महिन्यातील व्यथा आठवली... जी व्यथा सर्वच ऊस तोडणी करणाऱ्या महिलांची होती.

एखाद्या महिलेला मासिक पाळी आली आणि ती कामावर गेली नाही तर... तिला त्या दिवसांचा रोज तर मिळतच नव्हता..!

त्याव्यतिरिक्त ती कामावर आली नाही म्हणून तिच्याकडून दंडही वसूल करण्यात आला होता. त्यामुळे सर्व महिला त्रासल्या होत्या. पण पोटाची खळगी भरायचं स्वप्न होतं. नव्हे..! ती मजबुरी होती. हे सर्व आठवून ती तिच्या नवऱ्याला म्हटली...

"बरोबर आहे..! आमच्या मासिक पाळीत नाही का तो ठेकेदार पैसे देत नाही आणि वर दंड घेतो..!"

आता या नव्या चिंतेने त्याला घेरलं होतं.

"काय करायचं मग आता..? पोटासाठी काहीतरी निर्णय घ्यावाच लागेल..!"

"काय निर्णय घेणार..? काय आहे आपल्या हातात..?आपला ठेकेदार जे सांगेल ते ऐकावंच लागेल..! त्याच्याशिवाय आपण जगणार तरी कसे..!

त्याने ऊस तोडणी चे काम दिलं नाही तर... उपाशी मरू..! आणि त्याचं काम करायचं तर... त्याचं सर्वच ऐकावं लागेल...! या पोटासाठी हे सर्व करावं लागेल..!"

तिने हे वास्तव सांगताच त्याला ठेकेदाराचे म्हणणे आठवले...

"अग... हो मागच्या महिन्यात तू तीन चार दिवस कामावर गेली नव्हती... तेव्हा तो ठेकेदार म्हणत होता...!"

"काय म्हणत होता तो..?"

तिने अधीर होऊन त्याला पुढे बोलूच दिलं नाही. त्यामुळे तो बोलताना चाचरला. तिचा आविर्भाव पाहून त्याच्या तोंडून शब्दच बाहेर पडत नव्हते.

"काय म्हणत होता तो.. हलकट..! मेल्याची वाईट नजर आहे बायांवर..!"

तिचं बोलणं ऐकून तो तिला म्हटला...

"तो म्हणत होता की... दर महिन्याला तुझी बायको तीन चार दिवस कामावर येत नाही..!"

"मग काय..? तो तर त्या दिवसांचे पैसे देत नाही ना..! आणि दंडही घेतो...! अजून काय म्हणत होता तो..?"

तिने चवताळून त्याला विचारलं. तिची झोप आता पूर्णपणे उडाली होती. तिच्या बोलण्यात रागाच्या ठिणग्या उडत होत्या.

"तो म्हणत होता की... तुला जर पैसे कापून घ्यायला नको असतील तर...!"

"तर काय..?"

ती आता अधिकच चिडली होती.

"तर तुझ्या बायकोचे गर्भाशय काढून टाकू...! म्हणजे कामावर खाडे होणार नाहीत आणि पूर्ण पैसे मिळतील आणि तुला दंडही लागणार नाही...!"

तिचा राग अनावर झाला होता. रागाने तिचे संपूर्ण अंग थरथरत होतं.

"काय..? गर्भाशय काढून टाकायचं..! आणि माझ्या कुशीतील बाळ..! त्याचं काय..?"

"तो म्हणतो की तुमचंच पोट भरायचे वांधे आहेत. मग कशाला पोरं जन्माला घालतात..?"

ते ऐकून ती जागच्या जागी थिजली...! तिच्या रागाचा बर्फ झाला. तिच्याकडे त्याच्या या प्रश्नाचं उत्तरच नव्हतं.

या सर्व गोष्टीत दोष कोणाचा आहे... ठेकेदाराचा... की नवऱ्याचा... की त्या स्त्रीचा..? की या समाजाचा...?

एखाद्या स्त्रीचं गर्भाशय काढायचं तेही फक्त कामावर खाडा पडू नये म्हणून..!

किती दुष्ट विचार आहे हा..?

मूल जन्माला घालणं हा स्त्रीचा मूलभूत हक्क आहे. तिच्या या अद्वितीय शक्तीवर घाला घालणे होय. त्या स्त्रीला "तू स्त्री म्हणून जगू नको..!" म्हणून सांगणं. हाच किती क्रूर विचार आहे..!

हे असं गर्भाशय काढून घेणं म्हणजे तिचा निसर्गदत्त अधिकार काढून घेणं.. होय..!"

त्या रात्री दोघेही विचारात पडले होते. त्यांनी कष्ट करूनही त्यांची स्वप्नपूर्ती होईल याची काही शाश्वती नव्हती.

कोणती स्वप्नपूर्ती करावी ते त्यांना कळत नव्हतं..!

गर्भाशय काढून पोटाची भूक भागवावी की... गर्भाशय ठेवून मनाची भूक भागवावी...? या दविधेत तो पडला होता. पण उत्तर मात्र मिळत नव्हतं..!

ती मात्र आई होती..! ती आपल्या बाळासाठी काहीही दिव्य करायला तयार होती. ती झटकन उठली आणि आपल्या पोटावर हात ठेवून तिच्या नवऱ्याला म्हटली...

"मी माझ्या या बाळासाठी खूप कष्ट करीन..! या ऊस तोडणीपेक्षा कुठेही अधिक कष्टाचं काम करीन. आपलेही पोट भरीन आणि माझ्या बाळालाही जन्म देईन...! मी आई आहे...! एका बाळाला जन्म देणारी... प्रेम, वात्सल्य, ममता यांना जन्म देणारी माता आहे.

कोणतीही आई आपल्या बाळाचा आपल्या स्वार्थासाठी... आपल्या जगण्यासाठी जीव घेणार नाही...!

कारण ती काही पुरुष नाही..! अशा निष्ठुर पुरुषांना काय कळेल... एका स्त्रीचं आई होणं..! एका कळीचं फूल होणं आणि त्या फुलावर फळ येणं..!

किती सुंदर आणि उत्कट भावना आहे ही..! ती सुंदर भावना पैशांसाठी जगणाऱ्या पुरुषांना नाही कळणार..!

मी एक स्त्री आहे..! मी एक आई आहे..! मी माझ्या बाळासाठी हिरकणी होईन..! माझ्या बाळासाठी खूप कष्ट करीन आणि आपली स्वप्नपूर्ती करीन..!"

तो तिच्या या नव्या दुर्गा रुपाकडे बघतच राहिला..!

तिच्या सावळ्या चेहऱ्यावर मात्र स्वप्नपूर्तीसाठी आयुष्यभर खूप कष्ट करण्याची जिद्द दिसत होती.

त्या स्वप्नपूर्तीच्या दिशेने तिने पहिले भक्कम पाऊल टाकलं होतं. आता तिची स्वप्नपूर्ती जास्त काळ लांबणार नाही. याची खात्री तिच्या नवऱ्याला ही झाली होती.

❑❑

१२

त्याच्या प्रेमाचा आवेश

"अरे..! चावटपणा करू नकोस आता..! मला जरा झोपू दे..!"

रात्रीच्या अंधारात त्याने तिला जवळ घेण्याचा प्रयत्न केला तशी ती चिडून त्याला म्हटली.

तिच्या लग्नाला वीसेक वर्ष झाली होती. तिचा संसार चांगलाच बहरून आला होता. तिला एक मुलगा आणि एक मुलगी होती. ती आपल्या संसारात मस्त रमली होती.

ती एक गृहिणी होती आणि तो नोकरीवर होता. तो त्याची नोकरी करायचा आणि ती मात्र घर सांभाळायची. तिच्यावर घराची संपूर्ण जबाबदारी तिच्यावरच होती.

ती सकाळपासून घरातील कामं करायची. आपल्या नवऱ्याची ऑफिसला जायची तयारी झाली की आपल्या मुलांची तयारी तिला करावी लागत होती.

आधी ती खूप उत्साहाने सर्व कामं करायची पण आता ती त्या कामाने थकून जात होती. तिच्या थकण्याचं कारण तसं वेगळं होतं..! तिच्या मुलांच्या जन्मानंतर तिची तीन अबॉर्शन झाली होती. त्यामुळे थकून गेली होती आणि अशक्तही झाली होती.

मी मर्द पुरुष आहे म्हणून तो स्वतः नसबंदी करत नव्हता आणि तिलाही करू देत नव्हता. त्याला प्रेमात मजा येत नाही म्हणून नियोजनाचे साधनही

वापरत नव्हता. ती मग नियोजनाच्या गोळ्या खात होती आणि त्याच्या प्रेमाचा आवेश सहन करत होती. त्यात तिच्यामागे वेगवेगळी दुखणी लागली होती. त्यामुळे तिचा यातील सर्व उत्साहच मावळला होता.

त्यांच्या सहजीवनातही तिला काही खास रस वाटत नव्हता. त्यांचं सहजीवन हे यांत्रिक झालं होतं.

खरं म्हणजे तिला आता ते सहजीवन नकोसं वाटत होतं. पण त्याच्या प्रेमाची इच्छा दांडगी असायची. आता त्याचा तो प्रेमाचा आवेश तिला सहनही होत नव्हता. त्यामुळेही त्यात तिला काही विशेष रस राहिला नव्हता.

तिला तिची मुलं आणि त्यांच्यात रमायला आवडत असे. त्या मुलांच्या प्रेमात ती हरवून जात असे. त्यांच्या सोबतच तिच्या सर्व सुखांची पूर्तता होत होती. ती आपल्या घरातच सुखी अनुभवत होती.

पण त्याला मात्र तिच्यासोबत बाहेर फिरायला आवडायचं आणि तिच्या प्रेमात रमायला आवडायचं. ती सोबत असली की त्याचा प्रेमाचा आवेश तिला सहन करावा लागत असे. त्यासाठीही ती त्याला नेहमी सोबत हवी असायची.

आताही ते थंड हवेच्या ठिकाणी फिरायला आले होते. ते सर्व दिवसभर खूप फिरले. तेथील सौंदर्याचा आनंद घेतला.

आणि रात्री त्यांनी एका हॉटेलमध्ये रूम घेतली होती. त्यांची मुलं दिवसभराच्या रपेटने थकली होती. ती खाऊन पिऊन पटकन झोपी गेली होती.

तीही थकून बेडवर पडली होती. तीही दिवसभर बाहेर फिरत होती. त्यामुळे ती आता पार थकून गेली होती. आता तिला झोप अनावर झाली होती आणि त्याला प्रेम अनावर झालं होतं..!

त्याने खोलीतील लाईट बंद केला आणि तिच्या शेजारी झोपून तिला जवळ घेण्याचा प्रयत्न केला. तशी ती झोपेच्या गुंगीतच त्याला म्हटली...

"आता चावटपणा करू नको रे..! मी खूप थकले आहे. मला जरा झोपू दे..!"

पण त्या रोमँटिक वातावरणात त्याच्या प्रेमाचा आवेश अनावर झाला होता. तो तिच्या शरीराला स्पर्श करत राहिला आणि तिला उठवत राहिला.

त्याचं असं वागणं बघून तिच्या मनात विचार आला...

"या पुरुषांना कधी कळेल स्त्रीचं मन..? कधी तिची इच्छा आहे आणि कधी नाही. हे तरी त्याला कळायला हवं.

त्या पुरुषाला फक्त स्त्रीचं शरीर हवं असतं. तिच्या मनाचा ते कधीच विचार करत नाहीत. मी आता माझ्या झालेल्या अबॉर्शनने अशक्त झाले आहे. माझी तब्येत बरी नसते.

त्याने माझ्या मनाची अवस्था सोडून द्या पण माझ्या शरीराची अवस्था तर लक्षात घेतली पाहिजे. माझ्याच जिवाचं ओझं मला आता पेलवत नाही. ते शरीर आता त्याला साथ देण्याचा परिस्थितीत नाही.

नाही. तसं होत नाही. त्या पुरुषाचा प्रेमाचा आवेश... त्याच्या प्रेमाची उद्विग्नता आणि त्याच्या प्रेमाची इच्छा झाली की... मग त्या स्त्रीला त्याच्या प्रेमाचा आवेग सहन करण्यासाठी तयारच राहावं लागतं..!

हे त्या स्त्रीचं दुर्दैव..!

अखेर पुरुष ते पुरुषच..! त्यांना फक्त प्रेम करणं समजतं पण एका स्त्रीचं मन समजत नाही."

तो अधिकच अनावर होऊन तिला स्पर्श करत होता. तिला उत्तेजित करायचा प्रयत्न करत होता. हा काही ऐकणार नाही हे तिच्या लक्षात आलं

आणि अखेर ती नाईलाजाने उठली आणि आपला चेहरा थंड पाण्याने धुवून फ्रेश झाली.

आणि त्याच्या अनावर झालेल्या प्रेमाला सामोरं जाण्यासाठी अशक्त शरीराने आणि अशक्त मनानेच तयार झाली..!

❑❑

१३

नियोजन

“नको रे आता..! असुरक्षित सहवास नको करायला..!”

तिला त्याची इच्छा लक्षात आली आणि म्हणून ती सतर्क होऊन त्याला नकार देत होती.

तिच्या लग्नाला आठ वर्ष झाली होती. त्यांचा संसार सुखाचा चालला होता. तिला दोन मुलं ही झाली होती.

ती सर्वच गोष्टींनी सुखी आणि समाधानी होती. तो मात्र नेहमी अतृप्त असल्यासारखा तिच्यावर तुटुन पडायचा. त्याची कधी काय इच्छा जागृत होईल याचा नेम नव्हता. तिला त्या गोष्टीचा त्रासही व्हायचा. त्यामुळे त्यांचा अनेकदा असुरक्षित सहवास झाल्याने तिला दिवस जायचे आणि त्यामुळे काहीवेळा अबॉर्शनही करावं लागलं होतं. त्यामुळे ती जरा अशक्त झाली होती. तिला कंबरदुखीचा त्रास होत होता.

त्यामुळे ती आता नेहमी त्याचं नियोजनाचं पाकीट आणून ठेवायची. त्यामुळे तिचा पुढील त्रास वाचायचा. आज रात्री उशिरा त्याची इच्छा झाली तसं त्याने तिच्या कमरेत हात घातला. त्याची इच्छा तिच्या लक्षात आली आणि ती त्याला म्हटली.

“आता नको रे..! आता रिस्क नको. तुझी ती पाकिटं संपली आहेत. आता असुरक्षित सहवास नको. नंतर मलाच त्रास होतो अबॉर्शनचा..!”

तिच्या नकारात्मक बोलण्याने त्याला राग आला.

"तुला त्रास होतो ना..! मग ही गोष्ट तू कशी काय विसरलीस..? तू ते आणायचं लक्षात ठेवायचं होतं की..! आता काय करायचं..?"

त्याच्या या बोलण्याने तिला वाईट वाटलं आणि तिचे डोळे भरून आले.

"याबाबतीत त्याची काहीच जबाबदारी नाही का..? ती गोष्टही मीच लक्षात ठेवावी. एक स्त्री म्हणून किती लाज वाटते मेडिकलमध्ये ते पाकीट मागताना..! पुरुषांसाठी आहे तर ते पाकीट त्यानेच आणायला पाहिजे ना..! त्याची तो जबाबदारी घेत नाही आणि असा मग रात्री बेरात्री माझ्याशी भांडतो."

आताही तो तिच्या शरीराशी झोंबत होता आणि ती नकार देत होती म्हणून तिच्याशी भांडत होता. पण ती तशीच आपलं शरीर आकसून घेत तशीच पडून होती. तिला मागच्या महिन्यातील ती गोष्टही आठवली.

"मागच्या महिन्यात ही असाच प्रसंग घडला होता. त्यावेळी तो तिच्याशी भांडत तिला म्हणत होता.

"तू माझी बायको आहेस. माझी इच्छा पूर्ण करणं तुझं कर्तव्य आहे आणि तू खुशाल मला नकार देत आहेस."

तसा तिलाही राग आला आणि ती त्याला म्हटली.

"आधी तुम्ही दवाखान्यात जाऊन नसबंदी करून या आणि नंतर माझ्या कर्तव्याबद्दल मला बोला."

त्याला असं म्हटल्यावर तो चिडला होता. त्याचा पुरुषी अहंकार जागा झाला होता.

"मी. मी करू नसबंदी..! मी मर्द पुरुष आहे. मी का करू नसबंदी..?"

"अरे.. पण मला त्याचा त्रास होतो ना..! ते तर लक्षात घे..!"

तिने त्याला अजीजीने सांगितले. पण तो काही ऐकायच्या मूड मध्ये नव्हता.

"मी पुरुष आहे. मला अजून आयुष्याचा आनंद घ्यायचा आहे. माझी नसबंदी करून तर मला तू निकामीच करून टाकायचा विचार करत आहे. अजून खूप जोम आहे माझ्या अंगात..!

आणि तुला त्रास होतो तर तूच करून घे ना ते ऑपरेशन..! माझा आनंद मला घालवायचा नाही आहे. हे चांगलं लक्षात ठेव. माझी इच्छा होईल तेव्हा तुला माझ्यासाठी तयार राहावेच लागेल."

त्यावेळी त्याच्या बुद्धीची तिला कीव आली. तिला वाटलं...

"या पुरुषांना हेही कळत नाही की पुरुषांनी नसबंदी केली तरी तो काही नामर्द होत नाही. तो स्त्रीसोबत सहवास करू शकतो. त्याचा आनंदही घेऊ शकतो. तो पुरुष नामर्द होतच नाही. फक्त त्या नसबंदीने मुलं होऊ शकत नाही... एवढंच..! पण बहुतेक पुरुष ही नसबंदी करत नाहीत फक्त या नामर्द होण्याच्या खुळचट कल्पनेने..!

मी एक स्त्री म्हणून बाळंतपणं आणि अबॉर्शनचे इतके त्रास भोगले आहे. त्यामुळे मी अशक्त झाले आहे आणि आता काही न काही त्रास सुरूच आहेत. तरीही आता त्या ऑपरेशनचाही त्रास मीच भोगावा. हा त्याचा अट्टाहास आहे.

काय ही पुरुषांची मनोवृत्ती आहे..!

त्या नवऱ्याने आपल्यात असलेला पुरुष बाजूला करून जरा बायकोकडे बघावं. आपल्या बायकोमध्ये दिसणारी मादी विसरून तिच्याकडे जरा माणूस म्हणून पहावं. तिचे त्रास आणि तिची मनस्थिती समजून घ्यावी. इतकीच तर एका स्त्रीची आपल्या नवऱ्याकडून अपेक्षा असते. पण तीही स्त्रीची छोटीशी अपेक्षा हे पुरुष तिच्या आयुष्यभरात पूर्ण करत नाहीत.

ते पुरुष स्त्रीकडे फक्त एक भोगवस्तू म्हणूनच पाहतात हे त्या स्त्रीचं दुर्दैव आहे. पुरुष हे पुरुषच असतात. त्यांना स्त्रीच्या मनात कधी शिरता येत नाही आणि त्यामुळे तिचं मन ही समजून घेऊ शकत नाही.”

या विचाराने ती व्यथित झाली होती आणि तो मात्र तिच्या व्यथित मनाला स्पर्श न करता बेभान होऊन तिच्या शरीराला स्पर्श करत होता आणि तिला छळत होता. तिला आपल्या मनातील तिच्या नकाराचा राग तिचं शरीरावर काढत होता आणि तिला कुस्करत होता. आपल्या मनाचा अनावर जोश आणि राग तिच्या शरीरावर काढत होता.

आता त्याला तिच्या मनाची ओल जाणवत नव्हती. कारण त्याच्या मनातील वासनेचा पशू जागा झाला होता.

❑❑

१४

प्रश्न एका स्त्रीचा

आज सुनंदाचं लग्न होतं. तसं पाहिलं तर लग्न म्हणजे आयुष्यातील सर्वात महत्त्वाचा प्रसंग. तिच्या आयुष्यातीलही तो आनंदाचा प्रसंग होता. पण सुनंदाचं मन विचलित झालं होतं. ती फुलांचा हार हातात घेऊन उभी होती. पण तिचं चित्त थाऱ्यावर नव्हतं.

भटजी जोरजोराने मंगलाष्टकं म्हणत होता. त्याच वेगानं तिचं मनही विचलीत होत होतं नि नजर ही वारंवार दूरवर बसलेल्या बायांकडे जात होती. त्या बायकांची आपसात कुजबुज चालू होती. तिला कळत होतं की त्या बाया काय कुजबुजत असतील ते..! त्यामुळे तिचं मन थाऱ्यावर नव्हतं.

सुनंदा एक हुशार मुलगी होती. दहावी व बारावीला तिनं चांगले मार्क्स मिळविले होते. पण घरची परिस्थिती बेताचीच असल्याने तिनं सोपा मार्ग निवडला नि डी. एड. केलं.

तिला वाटत होतं की आपण डी. एड. झालं की लगेच नोकरीला लागू आणि आपल्या आई वडिलांना सुखात आणि समाधानात ठेवू. त्यासाठी तिची धडपड चालली होती.

पण तिचं दुर्दैव आड आलं..!

ती डी. एड. पास झाली त्याच वर्षी तिचे आई वडील एका अपघातात वारले. ती अचानकच पोरकी झाली. पण तिला हा आघात विसरून पालक

बनावं लागलं. कारण तिच्यासोबत तिचा लहान भाऊ होता. त्याला सांभाळणं आवश्यक होतं

तो दहावीला होता. त्याच्या शिक्षणाची जबाबदारी तिला घ्यावी लागली. आपल्या भावासाठी आयुष्यात आलेलं दुःखही ती विसरली. एका शाळेत शिक्षिकेची नोकरी पकडली.

आपल्या भावासाठी तिने खूप खस्ता खाल्ल्या. त्याची योग्य ती काळजी घेतली. त्याला लहानाचा मोठा केला आणि त्याला चांगलं शिक्षण दिलं.

तो बारावी चांगल्या मार्कानी पास झाल्याने त्याला मेडिकलला पाठविलं. मेडिकलचा खर्च खूप होता. पण त्याच्यासाठी शिकवण्या वगैरे करून पैसा न पैसा जोडत राहिली. स्वतःच्या हौसेला आणि मौजेला फाटा दिला. जो काही पैसा कमावला तो भावाच्या शिक्षणासाठी वापरला.

तिचा भाऊ एम. बी. बी. एस. चांगल्या मार्कानी पास झाला. त्यानं एम. डी. करायचं ठरवलं. त्यासाठी पुन्हा पैसा हवा होता. सुनंदाला नोकरी करून पैसा पुरविणं भाग पडलं.

यात भराभर वर्ष निघून गेली. भाऊ एम. डी. झाला. पण तोपर्यंत सुनंदाचं लग्नाचं वय निघून गेलं. आता तिचं लग्न जुळणं कठीण होतं. ती निमूटपणे शिक्षिकेची नोकरी करीत राहिली.

एक दिवस अचानक तिला रमेशचं स्थळ चालून आले. तो एका कंपनीत मॅनेजर होता. काही महिन्यापूर्वीच त्याची बायको वारली होती. त्याला दोन मूलं होती. त्यांना सांभाळणारं कोणी नसल्यानं त्याला लग्न करणं भाग पडलं होतं. तसंच विधीनुसार त्याला एक वर्षाच्या आत लग्न करणं आवश्यक होते. म्हणून त्याला होकार किंवा नकार देण्याचा पटकन निर्णय देणं आवश्यक होते.

आता काय करावं या विचारात ती पडली. काय करावं ते तिला कळेना.

पण तिनं विचार केला.

संपूर्ण आयुष्य तर असंच खडतर गेलं. कधी सुखाचे दिवस आपल्या वाट्याला आले नाहीत. शारीरिक आकर्षण तर आयुष्याच्या कडकडीत उन्हाळ्यात कधीच संपलं होतं. या अडोतिसाव्या वर्षी काय शरीर कोण्या पुरुषाच्या सहवासासाठी आसुसलेलं राहील..? पण एवढं आयुष्य गेलं ते सारं भावासाठी,भावाच्या शिक्षणासाठी..! आतातर त्यानंही लग्न केलं. त्याच्या संसारात तो रममाण झाला आहे. सासऱ्याच्या पैशांच्या जोरावर शहरात दवाखाना उघडला.

पण आपलं काय..? आपणास काय आधार..? ना मानसिक आधार ना शारिरिक आधार..?

रमेशच्या रुपानं या वयात जर आधार मिळत असेल तर काय वाईट आहे..! असा विचार करून तिनं निर्णय घेतला आणि रमेशला होकार द्यायचे ठरविलं. सुनंदाच्या लग्नाची बातमी तिच्या भावाला कळली. तो तिच्याकडे धावतच आला.

त्याला पाहून तिला बरं वाटलं. आता माझ्या भावाला ही बातमी सांगू. आपल्या लग्नाचं ऐकून त्यालाही आनंद होईल. तिला वाटलं की तो प्रेमाने तिला म्हणेल...

"बरं झालं ताई..! तुझ्या वैराण आयुष्यात आता तरी सुख येत आहे. तू माझ्यासाठी आतापर्यंत त्रास घेतला आहे. आता तरी तुझ्या जीवनात सुख येत आहे. हे ऐकून मला खूप आनंद झाला आहे. कोणी काहीही म्हटलं तरी काळजी करू नकोस. मी तुझ्या पाठीशी आहे."

पण तो घरात आला. तसा त्याच्या चेहऱ्यावर राग दिसत होता. तो घरात येताच तिने त्याचे आनंदाने स्वागत केले.

"ये भाऊ..! मी तुझीच वाट पाहत होते..!"

पण त्याने तिला पुढे काही बोलूच दिले नाही आणि तिच्यावर चिडला.

"ताई ! काय ही थेरं..!"

"कसली थेरं म्हणतोस..?"

"हीच तुझ्या लग्नाची आणि कसली..? तू त्या रमेशशी लग्न करणारेस म्हणे..! आणि तेही आता या वयात..! लोक काय म्हणतील आम्हाला..?"

"काय म्हणतील लोक..? मी काय कोणाबरोबर पळून जातेय की कोणाचा नवरा हिसकतेय..? मी काय पाप करतेय ते तरी सांग. मी तर रीतसर लग्न ठरविले ना त्यात लोक काय म्हणतील..? सांग ना..?"

"तू कोणत्या वयात लग्न करतेयस यांच तरी भान ठेव. हे काय लनाचं वय आहे. तू जर हे लग्न केलंस तर तुझा माझा संबंध संपला. तू माझी बहीण नाहीस नि मी तुझा भाऊ नाही. समजलं..!"

असं तोडून भाऊ बोलला आणि त्या रागातच निघून गेला. त्याने तिला काही बोलायची संधीच दिली नाही की तिचं काही ऐकूनही घेतलं नाही.

तोच तिचा एक आधार होता. पण तोही तिला तोडून निघून गेला. त्यानं सुनंदाला समजून घेतलंच नाही.

आताही लग्नात सुनंदाला तो प्रसंग आठवला.

तिनं समोर पाहिलं तर काही बाया कुजबुजत होत्या. तिला वाटलं या सर्व स्त्री पुरुषांमध्ये फक्त माझ्याबद्दलच कुजबुज चालली आहे.

"या वयात लग्न..! ३८ वर्षे हे काय लग्नाचं वय..?"

"या वयातही पुरुषाबद्दल एवढं आकर्षण..?"

"काय गरज होती आता लग्न करायची. अर्ध आयुष्य तर संपलेलंच आहे..!"

"तिचा चांगला भाऊ होता. त्याच्यासोबत राहायचं सोडून ही काय थेरं करत आहे ही..?"

ही वाक्यं आणि प्रश्न तिला सर्पासारखी दंश करीत होती. तिलाच हे प्रश्न का विचारले जात आहे. हे तिला कळत नव्हतं की तिनं काय मोठी चूक केली होती.

तिनं आधी कुठं लग्न केलं होतं..? ती तर कुमारिकाच होती. मग हा प्रश्न तिलाच का विचारला जात आहे..? रमेशला हा प्रश्न का विचारला जात नाही..?त्यानं तर आधी लग्नही केलं होतं. त्याला मुलंही आहेत आणि त्याची बायको मरून एक वर्षही झालं नव्हतं. तरीही तो लग्न करीत होता. पण त्याच्याबद्दल कोणी काही बोलत नव्हतं की त्याला कोणी काही विचारत नव्हतं.

माझं ३८ वर्षे वय आहे. तर त्याच ५० वर्षे वय आहे. मग मलाच का हा प्रश्न विचारला जात आहे..? का..?

का..?

कारण रमेश पुरुष आहे म्हणून त्याची काहीच चूक नाही आणि मी एक स्त्री आहे म्हणून माझी मात्र खूप मोठी चूक झाली आहे.

तो पुरुष आहे आणि मी स्त्री आहे. म्हणून असा भेद केला जात आहे का..?

त्या प्रश्नाचं उत्तर सुनंदाला मिळत नव्हतं.

❑❑

१५

अहंकार

“तो समोर राहायला आलेला तरुण मुलगा स्वभावाने फारच चांगला आहे हो..!”

निधीने आपल्या नवऱ्याला सुरेशला सांगितलं तसं तो उठून बसला आणि तिच्याकडे संशयाने पाहू लागला.

ती निर्मळ मनाने त्या मुलाची स्तुती करत होती. पण त्याच्या मनात संशय डोकावत होता.

“तुला काय माहीत..? तुला कुठे भेटला तो..?”

त्याच्या मनात तिच्याविषयी संशय आणि स्वतःचा अहंकार जागृत झाला होता. त्यामुळे तो तिला विचारत होता. पण ती मात्र निरागसपणे त्याला घडलेली घटना सांगत होती...

“मी बाजारातून सामानाची जड पिशवी आणत होते. तर तो मागून आला आणि म्हटला... ताई, इतका सामान कशाला घेतला एकदाच..! द्या माझ्याकडे ती पिशवी..!”

“पण तुम्ही..?”

“मी तुमच्या घरासमोर राहायला आलो आहे. भाडेकरू म्हणून..! तुम्ही कधी पाहिलं नसेल मला पण मी तुम्हाला पाहिलं होतं म्हणून माहीत आहे.”

तसा तिने त्याच्यावर विश्वास ठेवला आणि तिने आपल्या हातातील एक जड पिशवी त्याच्याकडे दिली होती.

"मग तो घरी आला होता का..?"

एवढं ऐकल्यावर त्या तरुणाबद्दल कृतज्ञता वाटण्याऐवजी त्याचा संशयच अधिक बळावला होता.

"हो तर..!"

ती सहजपणे म्हणाली पण आता संशयाने त्याची नजर बदलली होती.

समोरच्या तरुणाला चांगलं म्हटल्यावर त्याला तिचा संशय आला आणि त्यात तो तिच्यासोबत घरापर्यंत आला होता. म्हणजे त्याला संशय घ्यायला भरपूर वाव होता. तसेच तिने एका परपुरुषाला चांगलं म्हटलं होतं. हाच तिचा मोठा गुन्हा झाला होता.

तिच्या नवऱ्याशिवाय दुसरा कोणी तरी पुरुष तिला भेटला आणि तिने त्याला चांगलं म्हटलं होतं. त्यामुळे त्याचा इगो दुखावला गेला. तसा त्याला तिचा रागही आला आणि त्या रागाच्या भरात तो तिच्यावर ओरडला...

"बस. बंद कर तुझी बडबड..! असं कोणी अनोळखी पुरुषाला घरात आणायचं नाही. कोणाचा काय भरोसा..! त्याने तुझ्यावर हात टाकला असता तर..!

पुन्हा अशी चूक करू नकोस..! जा आता आणि मला चहा करून आण..!"

ती आनंदाने काहीतरी नवीन त्याला उत्साहाने सांगत होती. पण त्याच्या अशा ओरडण्याने ती हिरमुसली आणि तिच्या डोळ्यातून अश्रू बाहेर पडले.

ती काहीच न बोलता चुपचाप किचनमध्ये निघून गेली. ती किचनमध्ये गेली तसा त्याच्या डोक्यात संशयाचा किडा वळवळला.

"ही त्याला नेहमी भेटत असेल का..? नाहीतर तो विनाकारण कशाला तिच्या हातातील ओझं उचलून घरापर्यंत आणेल. तो घरातही आला असेल. त्याने तिच्याकडून पिशवी घेताना किंवा देताना तिच्या हाताला स्पर्श केला असेल किंवा अजून काही केलंही असेल त्यानं..! त्यानं तिच्यासोबत काय केलं हे त्याला किंवा तिलाच माहिती आहे.

आणि आता ती माझ्याशी खोटंही बोलत असेल की तो घरात आला नाही म्हणून..! त्या दोघांनी घरात येऊन काय केलं काय माहिती..! ही तशीही जास्त वेळ किचनमध्येच असते. कदाचित समोरच्या खिडकीतून तो तिला दिसत असेल आणि हिचं काहीतरी त्याच्यासोबत लफडं असावं."

असंही आता त्याला वाटू लागलं होतं. त्याच्या मनात हा विचार येताच त्याच्या डोक्यात काहीतरी क्लिक झालं.

तो तसाच उठला आणि तो हळूच किचनमध्ये गेला आणि किचनमध्ये तिच्यामागे गुपचूप उभा राहिला. किचनच्या खिडकीतून समोर पाहू लागला की तो मुलगा समोर दिसतो का..?ती त्याच्याकडे बघते आहे का..?

असा तो गुपचूपपणे खिडकीतून बाहेर पाहत होता. तोच ती चहाचा कप घेऊन मागे फिरली. तशी ती घाबरली आणि तिला धक्काच बसला. तिच्या हातातील चहा खाली सांडता सांडता राहिला.

"हा माझ्या मागे चुपचाप उभा राहून काय करतो आहे..?" असा विचार तिच्या मनात येऊन गेला आणि तिने त्याच्याकडे पाहिलं. व त्याला म्हटली...

"तुम्ही..? आणि इथे काय करत आहात..?"

कधी किचनमध्ये न येणारा तिचा नवरा किचनमध्ये आलेला पाहून तिला आश्चर्यच वाटलं. तिने त्याच्याकडे पाहिलं तर तो अजूनही खिडक्यांच्या बाहेर काहीतरी बघण्याचा प्रयत्न करत होता.

तो किचनच्या खिडकीतून बाहेर बघत असल्याचे पाहून तिनेही मागे

वळून बाहेर पाहिलं. पण तिला तसं बाहेर काही बघण्यासारखं दिसलं नाही आणि मग ती रागाने त्याला म्हटली...

"काय बघत आहात तिकडे..?आधी चहा घ्या..!"

तिच्या बोलण्याने तो भानावर आला.

"काही नाही... काही नाही..!"

असं म्हणत त्याने तिच्या हातून चहाचा कप घेतला आणि हॉलमध्ये निघून गेला. पण त्याच्या अशा वागण्याच्या कारणाचा अंदाज तिला आला होता. याच्या मनात आपल्याबद्दल काहीतरी संशय आहे. पण तो आपल्याला तसं काही स्पष्ट विचारत नाही इतकंच..!

त्यानंतरही त्याच्या वागण्या बोलण्यात तिला फरक जाणवू लागला. कधी ऑफिसमधून लवकर घरी न येणारा तो अधून मधून अचानक घरी येऊ लागला.

घरात आल्या आल्या तो प्रथम बेडरूममध्ये जाऊन यायचा. तेथील चादरी वगैरे बारकाईने पहायचा. ज्या दिवशी भरपूर काम आहे सांगायचा. त्या दिवशी हटकून तो दुपारी लवकरच घरी यायचा.

त्याचं मानसिक संतुलन बिघडलं होतं. तो सतत तिच्याकडे संशयाने बघायचा.

त्याचं हे वागणं तिच्या लक्षात आलं होतं. त्यामुळे तिने एक दोनदा त्याला त्याबद्दल विचारलंही.

"काही प्रॉब्लेम आहे का तुम्हाला..?"

पण त्याने हसून उत्तर द्यायचं टाळलं. तिच्या लक्षात येईना की याला नेमक झालं काय..? का माझ्यावर अशी पाळत ठेवत आहे..? तो कशाबद्दल माझ्यावर संशय घेत आहे..?

असा प्रश्न तिला पडत असे. पण एकदा असाच विचार करता करता तिला आठवलं...

ज्या दिवशी आपण त्या समोरच्या तरुणाची गोष्ट त्याला माहिती असावी म्हणून सहज सांगितली. त्याच दिवसापासून तो माझ्याकडे संशयाने बघत आहे.

कधी तो किचनमध्ये ढुंकूनही न पाहणारा त्या दिवशी चक्क किचनमध्ये आला होता आणि तिचा संशय पक्का झाला.

"हा त्या तरुणाचा माझ्यावर संशय घेतो आहे. यावर काहीतरी इलाज केला पाहिजे. नाहीतर आपला सुंदर संसार फक्त या संशयानेच नासून जाईल."

आणि तिला आयडिया सुचली. तिला आठवलं की सकाळी तो म्हटला होता की आज मला खूप काम आहे. मी घरी उशिरा येईन. म्हणजे तो आज दुपारी लवकरच घरी येईन.

तिने दुपारपर्यंत सर्व कामं आटोपली. दोन तीन पिशव्या सोबत घेतल्या आणि ती बाजारात बाहेर गेली.

तो दुपारीच घरी आला. दाराला कुलूप बघून त्याचा संशयाने जळफळाट झाला.

"त्याच्यासोबत कुठे हुंदडायला गेली आहे आता..?"

असा तो विचार करत होता. तोपर्यंत ती दोन तीन पिशव्या भरून सामान घेऊन आली. तिने दाणकन त्या सामानाने भरलेल्या पिशव्या त्याच्या समोर टाकल्या.

त्याने तिच्याकडे पाहिलं. ती अती श्रमाने थकून गेली होती. तिने पदराने आपला घाम पुसला. आणि त्याला म्हटली.

"काय लोक असतात..?थोडीही मदत करत नाही. तो समोर राहणारा

तरुण येथून दुसरीकडे राहायला गेला तर मला विसरूनही गेला. त्याने मला पाहूनही ओळखलं नाही. मला तर त्याचा खूपच राग आला. आता तो दिसू दे. चांगली सुनावते त्याला..!"

तिने असं म्हणत तिरक्या नजरेने हळूच त्याच्याकडे पाहिले. त्याच्या चेहऱ्यावर समाधान दिसत होतं. त्याच्या मनातील संशय निवळल्या सारखा वाटत होता.

तिचं असं बोलणं ऐकून तो हसून तिला म्हणाला...

"अहो राणी..! हा गुलाम आहे ना तुमचे ओझे उचलायला..!"

आणि त्याने त्या पिशव्या उचलल्या आणि घरात नेल्या. ती हसून त्याच्याकडे पाहत होती.

तिच्या लक्षात आलं होतं की त्या तरुणाला वाईट बोलल्याने याचा अहंकार सुखावला होता. त्यामुळे त्याच्या मनातून संशय मिटला होता.

आता फक्त प्रेम होतं. त्याने तिला आपल्याकडे बघून हसताना पाहिलं तसा तो खुशीत आला आणि तिला जवळ घेऊन तिच्या कपाळावर आपल्या ओठांचा स्पर्श केला.

ती विचार करीत होती...

"आपला संसार सुखाचा करायचा असेल तर परपुरुषाला चांगलं म्हणून याचा इगो दुखावण्यापेक्षा आता यानंतर यालाच चांगलं म्हणावं लागेल आयुष्यभर..!

मी केलं त्यात फार काही वेगळं नव्हतं आणि चूकही केली नव्हती. पण असतो एकेकाचा स्वभाव असा संशयी आणि विचित्र..! माझ्याच आयुष्यात असा नवरा आहे. हे माझं दुर्दैव..!

आता मलाच बदलावं लागेल. त्याचंच कौतुक करावं लागेल म्हणजे

याचा इगो सुखावेल आणि आमच्या संसारात संशयाचं विष राहणार नाही."

आणि त्याची सुरुवात तिने लगेच केली. ती त्याला बिलगून म्हणाली...

"किती छान आहात तुम्ही..! मी किती भाग्यवान आहे की मला तुमच्यासारखा नवरा मिळाला..!"

त्याचा अहंकार अजूनच सुखावल्याने तो अधिकच खुश झाली आणि त्याने तिला घट्ट मिठी मारली.

तिच्या मनात मात्र होतं...

"सर्वच नाही पण काही पुरुष असेच असतात. आपल्या बायकोवर विनाकारण संशय घेत स्वतःला त्रास करून घेतात आणि बायकोला ही दुखावतात. ते पुरुष आपल्या बायकोच्या अडचणी समजून न घेता तिच्या चारित्र्यावर संशय घेत राहतात आणि त्यात कुढत राहतात.

स्त्रीचं मन समजून घेतील ते पुरुषच कसले..! अखेर पुरुष ते पुरुषच..!"

असा विचार करतच ती त्याला खुश करण्यासाठी आणि त्याच्यासाठी चहा ठेवायला किचनमध्ये गेली.

❑❑

१६

तिची तहान

ती सुंदर होती. ती तरुण होती. त्यामुळे तिच्यासाठी कितीतरी जण जीव टाकत होते. तोही तिच्या मागे लागला होता. तिच्यासाठी तो झुरत होता.

त्या दिवशी तो तिच्या रूमवर आला. ती एकटीच होती. ती घरी असल्याने गाऊनवर होती. तिचं सौंदर्य त्या गाऊनमध्ये अधिकच खुलून दिसत होतं.

तिचे ते सरळ नाक आणि तिच्या नाकातील ती गोल्डन रिंग फारच सुंदर दिसत होती. तिचे डोळे रेखीव होते. सुंदर कमान असलेल्या तिच्या भुवया आकर्षक होत्या. तिचे ओठ गुलाबी आणि जीवाला घोर लावतील असे होते.

तिच्या ओठांवरील तो तीळ पाहून त्याच्या जीवाची घालमेल होत होती. केसांच्या बटा चेहऱ्यावर पडत होत्या. तिचं सौंदर्य खुलवत होत्या.

तिच्या त्या पारदर्शक गाऊन मधून दिसणारे तिच्या शरीराचे चढ उतार त्याला आकर्षित करत होते. कधी तिला मिठीत घेतो असं त्याला झालं होतं..!

तो उठला आणि तिच्याजवळ गेला आणि तिला घट्ट मिठीत...!

आणि... तिने झटकन आपल्या हातातील प्रेमकथा असलेलं पुस्तक बंद केलं..! ती एक सुंदर प्रेमकथा वाचत होती.

त्यातील नायिकेचे इतके सुंदर वर्णन वाचूनच ती अस्वस्थ झाली.

तिने बाजूला असलेल्या आरशात स्वतःचा चेहरा पाहिला आणि आपण सुंदर नाही याची तिला पुन्हा एकदा जाणीव झाली. आपला असा सामान्य चेहरा पाहून तिचं तिलाच दुःख झालं. आज तिला त्या चेहऱ्याचे पुन्हा प्रदर्शन करायचे होते. काय होईल त्या लग्नासाठी करायच्या खोट्या प्रदर्शनात..? तिची तिलाच भीती वाटली.

तिचा रंग सावळा होता आणि तिचं सौंदर्य ही साधारणच होतं. तिने आपलं नाक पाहिलं. त्यात कसलंच सौंदर्य तिला दिसलं नाही.

तिने तिच्या भुवया पाहिल्या. त्या तशाच राठ झालेल्या होत्या. ना त्यात काही कमान होती ना सुंदर वक्रता होती. तिला तिच्या डोळ्यातही काही रेखीवपणा वाटत नव्हता.

तिचे ओठही तिला गुलाबी दिसत नव्हते. तसेच त्या ओठांमध्ये तिला काही आकर्षक असं काही दिसत नव्हतं. तिच्या केसांच्या बटा तर विस्कळीत होत्या. त्या केसांना व्यवस्थित विंचरलेलेही नव्हते.

तिला आपल्या चेहऱ्यात काही सौंदर्य दिसत नव्हतं की शरीरात काही खास दिसत नव्हतं.

एखाद्या पुरुषाला आकर्षित करणारी एकही सुंदरतेची गोष्ट तिला तिच्या चेहऱ्यावर दिसली नाही. तशी ती उदास झाली आणि दुःखी झाली.

याआधी तिने कधी आपलं रूप इतकं निरखून पाहिलं नव्हतं. पण आज मात्र कथेतील स्त्रीचं ते वर्णन वाचल्यावर तिने ते रूप निरखून पाहिलं होतं.

माझं रूप मलाच आवडत नाही तर इतरांना ते रूप काय आवडेल..? म्हणूनच मला कोणी लग्नासाठी पसंत करत नसेल का..?

असा प्रश्न तिला पडला. तिला आपल्यातील कमीपणा जाणवत होता आणि तिच्या मनाला तसे दुष्ट विचार छळत होते.

प्रत्येक पुरुषाला गोरी आणि सुंदर बायको हवी असते. माझ्यासारख्या सावळ्या मुलीला कोण पसंत करेन..? मी अशीच अभागी आहे..!

माझ्या मनात ती एक तहान तशीच राहिली आहे. कोणीतरी मला पसंत करावे आणि म्हणावे की...

"तू खूप सुंदर आहेस. मला तू खूप आवडतेस."

तिला शाळा कॉलेजमधील दिवस आठवले.

हो..! शाळा कॉलेज मध्ये असतानाही कोणत्याही मुलाने माझ्याकडे बघितलं नव्हतं. त्यावेळीही माझ्याशी कोणी मुलगा बोलला नव्हता.

वर्गातील सर्व मुलं ही सुंदर मुलींच्या मागे पुढे गोंडा घोळत असायचे आणि त्यात गंमत अशी की काळ्या बेंद्र्या मुलांसोबत त्या गोऱ्या आणि सुंदर मुली फिरायच्या. तर मग माझ्यासारख्या सामान्य सौंदर्य असलेल्या मुलीकडे कोण मुलगा ढुंकून पाहणार होता..?

या जगात मुलगा गोरा की काळा हा फरक पडत नव्हता पण मुलगी मात्र गोरी आणि सुंदर हवी होती. त्या मुलींनाही त्या सावळ्या मुलांसोबत फिरताना काही वावगं वाटत नव्हतं.

तसा त्या मुलींनाही आपला गोरा रंग असल्याचा गर्व होता. इतर रंगाने डाव्या असलेल्या मुलींना ते दुर्लक्षित करायच्या.

गोरा रंग नसल्याचे दुःख फक्त मुलींनाच होते. ते दुःख मलाही होते. आता लग्न करताना मात्र त्याची जाणीव तीव्रतेने होत आहे एवढंच..!

पण त्यावेळी त्या गोऱ्या मुलींचा हेवा वाटत असे. कोणीतरी मुलगा आपल्याही सोबत असावा. त्याने आपल्याशी गप्पा माराव्या आणि त्याने आपल्याला घेऊन फिरावं. असं नेहमी वाटत असे.

त्यावेळी मला ते तसं वाटणं ही माझ्या मनाची तहान होती. पण आजही

ती तहान तशीच आहे. ती तहान कधी मिटलीच नाही.

त्यावेळीही इतर मुलींना असं मुलांसोबत फिरताना पाहून माझा जीव कुढत राहायचा. माझं मन झुरत राहायचं.

पण कोण माझ्याकडे लक्ष देणार होता..? कोण मला समजून घेणार होता..? कोण माझं मन समजून घेणार होतं..?

प्रत्येकाला चमचमाट अनुभवायची चटक होती. सर्वांना पौर्णिमेचा चंद्र बघायची इच्छा होती. कोण अनुभवणार होता अशी ही अमावस्येची रात्र..?

तिच्या मनाची तहान मात्र तशीच राहिली होती. अद्यापही ती तहान तिच्या मनात तशीच दबून राहिलेली होती.

तिने दुःखाचा उसासा टाकला आणि नाईलाजाने आपल्या तयारीला लागली.

तिला लग्नासाठी बघायला एक मुलगा येणार होता. म्हणून तिला तिचं बाह्य रूप सुंदर करायचं होतं. तिला तिच्या आईचे बोलणे आठवलं.

"जरा चांगली तयारी कर बाई..! त्याला तू आवडली पाहिजे. आणि हो..! चेहऱ्यावर जरा पावडर लाव. जरा रंग गोरा दिसला पाहिजे. मुलांना गोऱ्या मुलीच आवडतात. कर पटकन तयारी..!"

तिला ते आठवून वाईट वाटलं.

हे बाह्य सौंदर्य तर नैसर्गिक आहे. जे देवानं जसं दिलं आहे तसंच आहे..! पैशाचं सोंग आणता येत नाही म्हणे. मला तर वाटतं. एक वेळेस पैशाचं ही सोंग आणता येईल पण सुंदर आणि गोरी असल्याचं सोंग कसं करता येईल..?

जे आपल्याला देवाने जन्मतः च दिलं आहे तेच तर आपलं खरं सौंदर्य होय..!

या विचारात असतानाच तिच्या आईचा आवाज आला.

“अग आटप लवकर..! ते पाहुणे आले आहेत..!”

ती तशीच उठली. केस व्यवस्थित बांधले. तिने काही खास तयारी केली नाही. तिला तशी पण तयारी करायची नव्हतीच.

तिला वाटलं की होऊन होऊन काय होणार..? इतक्या मुलांनी नकार दिला आहे. त्यात अजून एकाची भर होईल. त्या मुलाला त्याने मला नकार दिल्याने काही फरक पडणार नाही. पण मला नकार देणाऱ्या मुलांमध्ये एकाची भर पडेल.

आणि मला तर माहितीच आहे की तो मला नकार देणारच आहे. मग कशाला घाबरायचं..?

आईने केलेला चहाचा ट्रे तिने उचलला आणि ती हॉलमध्ये आली. त्या मुलाला पाहून तिला धक्काच बसला आणि ती थोडी नर्व्हस झाली.

तो मुलगा गोरापान होता आणि सुंदर होता. शरीराने ही मस्त होता. तिला वाटलं हा इतका सुंदर मुलगा कसला मला पसंत करतो आहे..? त्याला पाहून तिच्या मनात आपल्या न्यूनतेची भावना निर्माण झाली होती.

पण ती त्याला चहा देवून त्याच्यासमोर शांतपणे उभी राहिली. तसा तो लगेच म्हटला...

“मुलगी मला पसंत आहे. पण तिला विचारा. मी पसंत आहे का..?”

त्याच्या या बोलण्याने तिला धक्काच बसला. तिच्या डोळ्यात टचकन पाणीच आलं.

“इतक्या सुंदर मुलाने मला एका झटक्यातच कसं काय पसंत केलं यावर तिचा विश्वासच बसत नव्हता.

दुसरं असं की... तो सुंदर आणि गोरा असून ही एका सावळ्या मुलीला पसंत केलं होतं आणि तिच्यासाठी तर ते खूपच महत्त्वाचं होतं.

त्याच्या बोलण्यावर तिचा विश्वास बसत नव्हता आणि तिने न राहवून त्याला लगेच विचारलं...

"खरंच का मी तुम्हाला पसंत आहे..?"

त्याने हसून उत्तर दिलं...

"होय. मी तुला आताच पाहिलं म्हणून नाही... तर मला तू आधीपासूनच पसंत होतीस. हा तुला बघण्याचा कार्यक्रम फक्त एक फॉर्म्यालिटी आहे."

"असं कसं..?"

तिच्या मनात अजून शंका होती. तसा तो तिला म्हटला...

"त्या दिवशी मी तुला त्या आदिवासी आणि गरीब मुलांना मन लावून शिकवताना पाहिलं. त्यांच्यात रमलेली पाहून मला खूप आनंद झाला. खरं तर त्याच दिवशी मी तुला पसंत केलं होतं.

माझेही जीवन खूप गरिबीत गेले आहे. गरीबी काय असते हे मी खूप जवळून अनुभवले आहे आणि अशा गरीब निरागस मुलांना तू समजून घेते आहेस. ते पाहून मला तुझ्या सुंदर मनाची कल्पना आली.

आणि तिथेच मी तुला पसंत केले. आपलं शरीराचं सौंदर्य ही तर ईश्वरी देणगी आहे. त्यात कोणी काही बदल करू शकत नाही. पण मन सुंदर करणं हे तर आपल्या हातात असतं ना..!

मी तुझ्या बाह्य सौंदर्यापेक्षा आंतरिक सौंदर्यावर प्रेम करतो. वयानुरूप बाह्य सौंदर्य कमी होत जाते. मला मनाच्या अक्षय्य सौंदर्याचं वेड आहे. तू मनाने खूप सुंदर आहेस आणि त्याच तुझ्या मनाच्या सौंदर्याने मला आकर्षित केलं आहे."

तिच्या लक्षात आलं होतं... की सर्वच पुरुष बाह्य सौंदर्याने मोहित होतात असे नाही. तर स्त्रीच्या मनाच्या सौंदर्यावरही प्रेम करणारे काही पुरुष या जगात

आहेत. सर्वच पुरुष बाह्य सौंदर्याचे पुजारी नसतात. काही हृदयाच्या सौंदर्याचे ही पुजारी असतात.

तिला कोणीतरी भेटला होता... जो तिला सुंदर आहेस..! असं म्हणणारा भेटला होता. मला तू आवडतेस असं म्हणणारा भेटला होता.

त्यामुळे तिला आता आपलं मन तृप्त झाल्याची जाणीव होत होती. तिची आतापर्यंत असलेली अतृप्त मनाची तहानही मिटली होती.

❑❑

१७

मला सांभाळून घेशील ना रे..!

"तू करत बस तुझं काम..! मी जाते येथून माहेरी कायमची..!"

ती त्याला वैतागली होती. तो सततच कामात अडकलेला होता. त्याला थोडीही उसंत मिळत नव्हती. त्यामुळे त्याचं तिला जवळ घेणं तर सोडाच तिच्याशी धड बोलणंही होत नव्हतं.

त्या कामाच्या व्यापामुळे त्याचं जेवणही तसंच घाई गडबडीत होत असे. ऑफिसच्या कामामुळे त्याच्या जेवणाची वेळही निश्चित नव्हती. त्याचं तिच्याकडे तसेच स्वतःकडेही लक्ष नव्हतं. त्यामुळे ती वैतागायची आणि त्याला ती नेहमी म्हणायची...

"काय वैताग आहे..! उठ सुट काम आणि कामच..! दुसरं काहीच नाही..!"

पण त्याचा नाईलाज होता. तो तिला समजावयाचा प्रयत्न करायचा. पण तिचा हट्ट कायम राहायचा.

त्यांचं लग्न मागच्याच वर्षी झालं होतं. लॉक डाऊन असल्याने लग्नही साध्या पध्दतीने झालं होतं. आणि त्यानंतरही तिला मधुचंद्रासाठी कुठे बाहेर फिरायलाही जाता आलं नव्हतं. त्यात त्याचा काही दोष नव्हता. तरीही तो राग तिच्या मनात होता.

"कसलं सजता आलं नाही आणि नटता मुरडताही आलं नाही लग्नात..!

कसली हौस मौज झाली नाही. हे असं लग्न असतं काय..? आयुष्यात लग्न काय वारंवार होत की काय..? कुठे काही जाणं नाही की कुठे फिरणंही नाही..!"

अशी ती वैतागून बडबड करायची. आपल्या मनातील दुःख व्यक्त करायची. कोणत्याही छोट्या छोट्या गोष्टीत ती आपला राग व्यक्त करायची आणि चिडत राहायची. पण तो मात्र स्वभावाने शांत आणि समजदार होता.

तिची चिडचिड ऐकून घ्यायचा. तिची होणारी चिडचिड समजून घ्यायचा. पण ती मात्र धुमसणारी चिंगारी होती. तो आपल्या शांत स्वभावाने तिच्या रागाची चिंगारी शांत करायचा प्रयत्न करत राहायचा.

आज नेमकी त्या चिंगारीला हवा लागली आणि ती एकदम भडकली.

सकाळपासून लॉक डाऊन काही वेळासाठी शिथिल झालं होतं. हे तिला कळलं तशी ती त्याला म्हटली...

"सकाळी लवकरच बाजारात जाऊ. कधीचंच आपण बाहेर गेलेलो नाही..!"

लॉक डाऊन होणार हे लक्षात आल्याने त्याने आधीच सर्व सामान भरून ठेवला होता. तशी बाहेर जाण्याची काहीही गरज नव्हती. पण आता तिचा बाहेर जाण्याचा हट्ट पाहून त्याने तिला होकार दिला होता.

"ठीक आहे. सकाळीच जाऊन येऊ. नंतर मला काम आहे..!"

त्याच्या अशा बोलण्याचा तिला राग आला पण बाहेर जायला मिळत आहे या विचाराने ती खुश झाली आणि ती लगेचच तयार व्हायला गेली.

कधीचीच बाहेरची चमचमीत भेळ आणि पाणीपुरी खाल्ली नव्हती. कधी बाहेर जाऊन शॉपिंगही केलेली नव्हती. तिची ही इच्छा अपूर्ण राहिलेली होती. ती इच्छा आज पूर्ण होईल या विचाराने ती खुश होती आणि मग ती पटकन तयारीला लागली. ती तयार झाली आणि तोही तयार झाला. आता ते

निघणार तोच त्याचा फोन वाजला. त्याने फोन घेतला.

"हॅलो सर..! काय फोन केला होता..?"

तो त्याच्या सरांशी फोनवर बोलत होता. त्या वेळेतही ती बेचैन झाली होती की कधी याचं बोलणं संपतं आणि मी बाहेर फिरायला जाते. पण त्याचं बोलणं संपलं तसा त्याच्या तोंडून उदगार बाहेर पडला.

"ओह शीट..!"

असं म्हणून फोन बंद केला. त्याचा नाराज झालेला चेहरा पाहून ती पुढे झाली.

"काय झालं..? असं अचानक..?"

त्याचा असा उतरलेला चेहरा पाहून तिने त्याला झटकन विचारलं. तसा तो थंड स्वरात तिला म्हटला...

"आता अर्जंट मीटिंग लागली आहे. आपल्याला बाहेर जाता येणार नाही. सॉरी..!"

तो एका नामांकित कंपनीत आय. टी. इंजिनिअर होता. आय. टी. कंपन्यांची कामं तशी अर्जंट असतात. ही गोष्ट तिच्या लक्षात येत नव्हती.

त्यांचं बाहेर जाणे फिस्कटलं होतं. त्यामुळे ती एकदम भडकलीच. तिला तिचा अपमान झाल्यासारखे वाटले. त्या रागात तिचा तोलच सुटला. त्या रागाच्या भरात तिने स्वतःची बॅग भरली आणि त्याला रागाने म्हटली...

"करत बसा आता आपलं काम शांततेने..! मी जाते माझ्या माहेरी..!"

"अग..! असं काय करतेस..! जाऊ ना उद्या बाजारात..! आजच जाणार होतो ना..! जरा महत्त्वाचं काम लागलं म्हणून..!"

त्याने तिला बरंच समजावण्याचा प्रयत्न केला. उद्या निश्चित बाहेर जाण्याचं आश्वासन दिलं. पण सर्व पालथ्या घड्यावर पाणी..! तिचा राग

अनावर झाला होता. तिने त्याचं काहीच ऐकून घेतलं नाही आणि ती थांबलीही नाही. तो तिच्याकडे पाहतच राहिला.

ती तशीच माहेरी निघून गेली. त्याला त्याच्या ऑफिसचं अर्जंट काम होतं. तो तिच्यामागे जाऊ शकला नाही. तो नाईलाजाने ते काम करत बसला.

ती घरी पोहोचली. तिची वहिनी बाहेरच बसलेली दिसली. तिला पाहताच तिच्या वहिनीने तिचे हसून आनंदाने स्वागत केलं.

तिच्या वहिनीने तिच्यासाठी मस्त नाश्ता आणि चहा पाणी केलं. थोडावेळ गप्पा गोष्टी केल्या. पण तिचा दादा तिला दिसला नाही. तसं तिने तिच्या वहिनीला विचारलं...

"अग वहिनी..! दादा कुठे दिसत नाही..! कुठे गेला आहे तो..?"

तशी तिची वहिनी हसली आणि म्हटली...

"अहो वन्स..! तुमचं लग्न झालं आणि त्यांना काम लागलं. तेव्हापासून ते आतापर्यंत त्यांना त्यांच्या कंपनीचं काम लागलं. आता ते दिवस रात्र त्या कामातच गुंग असतात. त्यांना ना स्वतःचं भान ना आपल्या बायकोचं..!

आताही ते बंगलोरला गेले आहेत कंपनीच्या कामानिमित्त..! त्याला आता एक महिना झाला असेल. पण कधी मधी पाच मिनिटांसाठी फोन येतो. बस तेवढाच त्यांचा हालहवाल कळतो."

"अग वहिनी..! पण तू हे असं काय सहन करतेस..? नुसतं कामच काम म्हणजे काय..? आयुष्य आहे की नाही..! का नुसतं मशीनसारखे काम करत राहायचे. या आयुष्याचा आनंद उपभोगायचा तरी केव्हा..?"

ती तिच्या मनातील आपल्या नवऱ्यावर असलेला राग बोलून काढत होती. त्यामुळे ती अधिकच चिडून बोलत होती.

तिची वहिनी मात्र शांत चित्ताने तिच्याकडे पाहत होती. तिचा संताप व्यक्त करून होताच तिची वहिनी शांतपणे म्हटली...

"ही वेळ फार कठीण आहे. त्यांना काम आहे ही आनंदाची गोष्ट आहे..! आमच्या शेजारी एक कुटुंब भाड्याने राहत होतं. त्यांची कंपनीच बंद पडली आहे. ते बेकार झाले. काही काम नाही आणि पैसाही नाही. मग ते सर्व सोडून गावी निघून गेले. काम नसलं तर माणूस किती हतबल होतो हे मी त्या कुटुंबाकडे पाहून अनुभवलं.

आता त्यांना काम आहे म्हणून हातात पैसा आहे. ही अशी कठीण वेळ निघून गेली म्हणजे मस्त एकत्र जगता येईल. आता काम नसेल तर नंतरही आनंदाने जगणं कठीण होईल.

हे ही दिवस जातील. आपलं डोकं शांत ठेवून नवऱ्याला समजून घेतलं पाहिजे..! नंतर आनंदही उपभोगता येईल..! त्यात काय एवढं..?"

तिच्या वहिनीचा समजदार स्वभाव पाहून तिला तिची चूक लक्षात आली होती. आपला वेडा अल्लडपणा तिच्या ध्यानात आला होता. ती तशीच उठली. तिला वाटलं आता उशीर होता कामा नये.

"चल वहिनी... मी निघते आता..!"

"अहो वन्स..! आल्या काय आणि चालल्या काय..! रहा की आल्यासारखे..!"

तिची वहिनी बोलत होती. पण तिचं तिकडे लक्षच नव्हतं. ती तशीच धावतच आपल्या घराकडे निघाली.

तिने घाई गडबडीत दरवाजा ठोठावला. मग बेल वाजवली. दरवाजा उघडायला उशीर झाला. तशी ती कासावीस झाली. तिच्या जीवाची तगमग वाढली होती.

"त्याला आपल्या अशा वागण्याचा राग तर आला नसेल ना..? त्याने आता त्या रागाच्या भरात दरवाजाच उघडला नाही तर..!"

या विचाराने ती अधिकच बेचैन झाली.

"त्याने दरवाजा उघडला तरी तो आता चिडेल आणि माझ्यावर आग पाखड करेल..! आपली अक्कल काढेल..!"

अशी भीतीही तिच्या मनात होती. पण आता त्या सर्व गोष्टी सहन करण्याची तिच्या मनाची तयारी झाली होती. तिने पुन्हा हिंमत केली आणि दरवाजावरील बेल पुन्हा वाजवली.

पुन्हा बेल वाजताच खाडकन दरवाजा उघडला. तशी ती थरथरली. तो समोरच उभा होता. कामाचा ताण त्याच्या चेहऱ्यावर दिसत होता. तिला पाहताच त्याला आश्चर्य वाटलं तसा तो तिला म्हटला...

"अरे इतक्या लवकर परत आलीस माहेराहून..! बरं झालं तू आलीस ते..! आता मला माफ कर..! पण मी तुला उद्या बाजारात घेऊन जाईन..!"

त्याचा तो शांत चेहरा पाहून तिला आश्चर्याचा सुखद धक्काच बसला.

त्याचा तो सरळ स्वभाव पाहून तिला आपल्या वागण्याचं वाईट वाटलं आणि ती सरळ त्याच्या मिठीतच शिरली आणि म्हटली...

"मला माफ कर..! मी चुकले..! आता मला सांभाळून घेशील ना रे..? या वेडीला समजून घेशील ना रे..?"

तिचं असं उत्कट प्रेम पाहून त्याला गहिवरून आलं होतं. त्याचे डोळेही भरून आले होते.

त्याने तिच्याकडे पाहिलं तर तिचेही डोळे पश्चातापाच्या अश्रूंनी भरून आले होते.

"वेडी कुठली..? संसारात स्त्रीने पुरुषाला आणि पुरुषाने स्त्रीला समजून घेतलं तरच तो संसार सुखाचा होतो ना..!

मी पुरुष असलो तरी माझ्या बायकोनेही मला समजून घेतलं पाहिजे असं मलाही वाटतं.

पुरुषांनाही हृदय असतं. तो आपल्या बायकोला समजूनही घेतो. पण काही वेळेला त्याचा नाईलाज होतो. त्यावेळी मात्र बायकोने नवऱ्याला समजून घेतलं पाहिजे. आणि तू तर माझी बायको आहेस. मी तुला सांभाळून घेणार नाही तर कुणाला..?"

असं म्हणत त्याने तिला प्रेमाने आपल्या घट्ट मिठीत घेतलं आणि तिच्या अशा वागण्याचा राग मनात न धरता सांभाळून घेतलं होतं.

ती हलकेच स्वतःला त्याच्या मिठीतून सोडवून घेतलं आणि त्याला म्हटली...

"तू फारच थकलेला दिसत आहेस. थांब मी तुझ्यासाठी मस्त कॉफी करुन आणते. तोपर्यंत तू जरा आराम कर."

आणि तिने त्याला बेडवर झोपवलं आणि ती आनंदाने त्याच्यासाठी कॉफी करायला किचनमध्ये गेली.

त्याने तिला समजून घेतलं होतं आता मात्र ती त्याला समजून घेण्याचा प्रयत्न करणार होती.

❑❑

१८

तो उनाड वारा

"मला स्पर्श करू नका..! माझ्या साडीला हात लावू नका..! मला स्पर्श करू नका..!"

असं म्हणून तिने घाबरून तिची साडी स्वतःभोवती अधिकच घट्ट गुंडाळून घेतली होती.

आज रिनाची मधुचंद्राची रात्र होती. लग्नाच्या सहा महिन्यानंतर..! पण तिला आता सहा महिन्यापूर्वीची मधुचंद्राची रात्र आठवत होती...

त्या दिवशीही तिची खोली अशीच सजवली होती. सुंदर फुलांच्या माळा, रंगीत लाईटांचा मंद मंद प्रकाश आणि सुगंधी अन प्रसन्न वातावरण होतं. त्या वातावरणात ती प्रसन्न आणि आनंदी दिसत होती.

दिवसभर लग्नाचे पाहुणे होते. संध्याकाळपर्यंत पूजा वगैरे कामं आटोपून ते निघून गेले होते आणि तिला संध्याकाळी जरा निवांत वेळ मिळाला होता. तशी ती थोडी विसावली होती.

तिची नणंद हुशार होती. ती साधारणतः तिच्याच वयाची होती. तिने रिनाच्या खोलीची मधुचंद्राच्या रात्रीसाठी सुंदर सजावट करून दिली होती. तिने सर्व तयारी झाल्यावर आपल्या वहिनीकडे पाहिलं आणि तिच्याजवळ येऊन बसली.

ती सुंदर होती आणि नाजूक होती. ती मनाने जरा हळवी होती आणि

थोडी अबोल होती. आज मात्र ती थोडी घाबरल्यासारखी वाटत होती.

तिने लाल रंगाची साडी घातली होती. त्याच रंगाचा ब्लाऊज घातला होता. तिच्या गळयात मंगळसूत्र आणि सोन्याचे हार होते. तिच्या हातात हिरव्या बांगड्या आणि सोन्याच्या पाटल्या घातल्या होत्या. तिच्या माथ्यावर बिंदी आणि नाजूक लांबसडक बोटात अंगठी घातली होती. तिच्या हातावर लग्नाची मेहंदी लालभडक रंगली होती. ती मेहंदी पाहून तिची नणंद आपली वहिनी रिनाची गंमत करत होती.

"वहिनी..! माझ्या भावाचे तुझ्यावर खूप खूप प्रेम आहे. बघ मेहंदी कशी रंगली आहे..!"

तशी ती लाजली होती. पण ती काही बोलली नाही. तशी ती नणंद तिला पुन्हा चिडवू लागली...

"वहिनी... माझा भाऊ एकदम साधा आहे. त्याला तू आपल्या सौंदर्यात अडकवून टाकशील असं दिसतंय..! तू किती सुंदर दिसते आहेस...!"

तशी रिना लाजून हसली. तिने आपली साडी आपल्या अंगाभोवती ओढून घेतली आणि तिच्याकडे लटक्या रागाने पाहू लागली.

"हाय..! मै मर जावा..! अग वहिनी मी मुलगा असते तर माझ्या भावाच्या आधी मीच तुला पटवले असते. असा चंद्र सर्वांच्या नशिबात नसतो. तू मलाच बेहाल केलं आहेस. माझ्या भावाची तर वाटच लागेल आजच्या रात्री...! बिच्चारा...!"

असं म्हणून तिने आपल्या नव्या वहिनीला चिडवलं. तशी रीना तिच्यावर प्रेमाने चिडली आणि तिच्या मागे धावली. पण ती खोलीबाहेर पळून गेली. कारण तिचा भाऊ दीपक त्या खोलीत आला होता. तो दिसताच ती सावरून बसली होती. ती मनातून घाबरली होती. आता पुढे काय होईल याची भीती तिच्या मनात दाटून आली होती. आता काय करावं तेही तिला कळत नव्हतं.

तो तिच्याजवळ आला तशी तिच्या हृदयाची धडधड वाढली होती. तिचा चेहरा घामाने भिजलेला होता आणि भीतीने थिजला होता. तिचे हातपाय थरथर कापत होते. तिने घाबरून आपला पदर आपल्या चेहऱ्यावर ओढून घेतला होता.

तो तिच्या शेजारी बसला आणि तिचा चेहरा पाहण्यासाठी तिच्या चेहऱ्यावरील पदर मागे करण्यासाठी तिच्या पदराला हात लावला तशी ती घाबरून ओरडली होती.

"माझ्या पदराला हात लावू नका..! माझ्यापासून दूर व्हा..!"

तिच्या अशा वागण्याने आणि बोलण्याने त्याला धक्काच बसला. आपल्या लग्नाच्या पहिल्या रात्री आपली बायको अशी ओरडते आहे. याचं त्याला आश्चर्य वाटलं.

काय प्रॉब्लेम आहे तिचा..? मी पसंत नाही की काय..? की तिचे दुसऱ्या मुलावर प्रेम आहे...! का अजून तिची काही समस्या आहे..? असे अनेक विचार त्याच्या मनात क्षणार्धात येऊन गेले.

पण तो समजदार होता. त्याने तिची मनस्थिती समजून घेण्यासाठी तिला म्हटला...

"रिना..! मी नाही हात लावत तुला..! पण तुझी काही अडचण आहे का..? मी तुला पसंत नाही का..?की तुझे दुसऱ्या मुलावर प्रेम आहे...? घरच्यांनी तुझ्यावर लग्नासाठी जबरदस्ती केली का..? काय अडचण आहे ते तरी मला सांग..!"

त्याच्या त्या बोलण्याने तिच्या मनाचा बांध तुटला आणि ती हमसून हमसून रडू लागली होती. तिला काहीच बोलता येत नव्हतं. ती काही बोलण्याच्या मनस्थितीत नव्हती. ती भीतीने त्याच्याकडे बघत होती आणि रडत होती.

कोणीतरी पुरुष तिच्या अगदी जवळ आला होता. याचीच तिला भीती वाटत होती आणि ती भीती तिच्या डोळ्यात दिसत होती. तिला अधिक भीती वाटू नये म्हणून तो तिच्या जवळून उठून गेला आणि समोरच्या खुर्चीवर जाऊन बसला.

थोडा वेळ ती तशीच रडत राहिली. तो तसाच शांत चित्ताने बसून राहिला. तो तिला काही म्हटला नाही.

थोड्या वेळात तिचं मन शांत झालं तशी ती रडायची थांबली. पण ती अद्यापही काही बोलायच्या मनःस्थितीत नव्हती. त्यानेही तिला काही सांगण्याबद्दल आग्रह केला नाही. फक्त एवढंच म्हटला...

"तू फार थकली आहेस. आता तू निवांत झोप..! आपण उद्या बोलू या विषयावर..!"

आणि खरंच लहान बाळाने झोपी जावं तशी ती पटकन झोपून गेली. पण झोपताना तिने आपलं शरीर आकसून घेतलं होतं. उन्हाळ्याचे दिवस होते. फार गरम होत होतं. तरीही तिने आपलं संपूर्ण शरीर पांघरून घेतलं होतं.

आपल्या शरीराचा कुठलाही भाग उघडा पडू नये याची ती पुरेपूर काळजी घेत होती आणि ते पांघरूण अंगावर ओढून घेत होती.

तो तिच्याकडे फक्त पाहत राहिला. त्याला कळत नव्हतं की तिची काय अडचण आहे. मग त्यानेही तिला जास्त आग्रह केला नाही. त्याने आपलं मन शांत ठेवून विचार केला की तिचा काहीतरी प्रॉब्लेम असावा. तिला आता समजून घेण्याची गरज आहे.

त्याने आपली चादर आणि उशी घेऊन त्याच खोलीत एका बाजूला पडून राहिला.

त्यानंतरही त्यांचे दहा पंधरा दिवस असेच गेले. या पंधरा दिवसातही त्याने आपल्या मनावर संयम ठेवलेला होता. तो तिच्याजवळ जायचं टाळत

होता. तिला एकांतात गाठायचा साधा प्रयत्नही करत नव्हता. तिला जवळ घेऊन स्पर्श करणं तर फार दूरची गोष्ट होती.

तशी ती दिवसभरही आपलं शरीर कपड्यातच लपवून ठेवत होती. ती कपडेही लांब बाह्यांचे घालायची आणि पायाचे नखही दिसू नये इतकं ती आपलं शरीर झाकून घेत होती. इतकी ती स्वतःला लपवून ठेवत होती आणि रात्री तर अती उकाड्यातही ती पांघरून घेत होती.

त्या दहा पंधरा दिवसात त्याने तिला स्पर्श करणे तर सोडाच. तिला नीटसं पाहिलंही नव्हतं. तिची काहीतरी मानसिक समस्या आहे की अजून काही समस्या आहे. हे त्याला कळत नव्हतं.

अखेर न राहवून त्याने आपल्या मनातील शंका दूर करण्यासाठी तिला म्हटला...

"मी तुला पसंत आहे ना..! की माझ्याशी लग्न करून तुला पश्चाताप होत आहे. ते आता मला स्पष्ट सांग..!"

तशी ती तत्परतेने बोलली...

"न... नाही..! तुम्ही मला पसंत आहात. मी पण खूप खूष आहे तुमच्याशी लग्न करून..!"

"मग तुझ्याजवळ मला का येऊ देत नाही. तुझी काय समस्या आहे..?"

तसे तिचे डोळे पुन्हा भरून आले. ती घाबरली. भीतीने तिचे हात पाय लटलट कापू लागले. ती काही बोलायच्या स्थितीत नव्हती. तिला तशा अवस्थेत पाहून त्याने तिला शांत केले. थोडे पाणी दिले तशी ती सामान्य स्थितीत आली. तसं तिला घराबाहेर नेण्यासाठी आणि या समस्येतून बाहेर काढण्यासाठी त्याने एक आयडिया केली. तो तिला म्हटला...

"माझ्यासोबत बाहेर फिरायला तर तुझी काही अडचण नाही ना..?"

तशी तिने मान हलवली. तिला त्याच्यासोबत बाहेर फिरायला काही

अडचण नव्हती. त्याच्या लक्षात आलं की तिला त्याच्यासोबत बाहेर फिरायला काही भीती वाटत नाही. पण बेडरूम मध्ये तिला माझी भीती वाटते. याचा अर्थ तिला समुपदेशनाची गरज आहे.

मग त्याने तिच्या समस्येचा पूर्ण विचार केला आणि तो तिला म्हटला...

"चल मग..! आपण माझ्या मित्राला भेटायला जाऊ आज..! जरा बाहेर गेलं तर तुझं मन ही फ्रेश होईल..!"

आपल्या मित्राचे निमित्त करून तो तिला मानसोपचार तज्ज्ञाकडे घेऊन गेला. त्यांच्या घरीच त्यांची भेट घेतली.

त्यांनी तिला एकटीलाच बोलावून घेतलं आणि त्यांनी गप्पागप्पांमध्ये तिला बोलतं केलं. तिने जे सांगितलं ते वेगळच होतं. ते फारच विचित्र होतं.

त्या डॉक्टरांनी तिच्या नवऱ्याला बोलावून घेतलं आणि सांगितलं...

"सध्या तुम्ही स्वतःवर संयम ठेवा. तिच्याजवळ एकांतात जाऊ नका. चारपाच महिन्यात ती बरी होईल. चिंतेचे तसे काही कारण नाही. दर पाच सहा दिवसांनी तिला माझ्याकडे घेऊन या. तिचं थोडं समुपदेशन करावं लागेल इतकंच..!"

"पण तिला काय झालं आहे डॉक्टर...?"

तिच्या नवऱ्याने न राहवून त्यांना विचारलं. त्यांनी त्याच्या खांद्यावर हात ठेवला आणि म्हटले...

"याचं उत्तर मी तुम्हाला थोडं उशिरा देईन. फक्त एक लक्षात ठेवा. ती वेडी नाही..! तुम्हाला आता फक्त संयम ठेवावा लागेल. तेवढंच लक्षात ठेवा आणि तेवढी काळजी घ्या. बाकी काही काळजी करू नका. मी तुमच्या सोबत आहेच."

त्यांना तिच्या मानसिक समस्येची कल्पना आली होती आणि त्यांनी तिची ट्रीटमेंट सुरू केली. तिला डॉक्टरांनी काही औषधं दिली आणि काही

दिवस समुपदेशन केलं. तिच्या वागण्या बोलण्यात हळूहळू मोकळेपणा येत होता. ती आता आनंदी दिसत होती.

जवळपास पाच सहा महिने तिची ट्रीटमेंट सुरू होती. आता ती नॉर्मल झाली होती. कसलाही ताण तिच्या चेहऱ्यावर जाणवत नव्हता. तिच्या मनातील ती अनामिक भीती कमी झाली होती.

आज सकाळीच ते दोघं ट्रीटमेंटसाठी डॉक्टरांना भेटायला गेले होते. त्याने तिला बाहेर बसवलं आणि तो डॉक्टरांना भेटायला त्यांच्या कॅबिनमध्ये गेला. त्याच्या मनात शंका होत्या. त्याला त्या शंकांचं निरसन बायकोच्या अपरोक्ष करायचं होतं. त्याच्या मनात एक प्रश्न घोंघावत होता... की माझ्या बायकोला काय झालं आहे..? माझ्या बायकोला काय झालं होतं..?

आणि आताही न राहवून तो प्रश्न त्याने आताही डॉक्टरांना विचारला...

"डॉक्टर..! काय झालं होतं तिला..?"

डॉक्टरांनी त्याच्याकडे पाहिलं आणि त्याला म्हटले...

"तुमची बायको एकदम ठणठणीत झाली आहे. आता तुम्ही तुमचा संसार सुरू करू शकता. हे पुरेसे नाही का तुम्हाला..?"

पण माणसाचे मन फार विचित्र असते. एखादी गोष्ट खटकली तर ते अस्वस्थ होतं आणि त्या गोष्टीचा तड लागेपर्यंत शांत होत नाही.

"तरीही..! सांगा ना डॉक्टर..!"

त्याने डॉक्टरांना ते गुपित सांगण्यासाठी आग्रह केला.

डॉक्टरांनी थोडा विचार केला आणि त्यानंतर ते त्याला म्हटले...

"एक उनाड वारा तिच्या आयुष्यात येऊन गेला होता. तेव्हा ती लहान होती. कोणीतरी पुरुषाने तिला विवस्त्र करून तिचे शरीर पाहण्याचा प्रयत्न केला होता. त्याच्या अशा विचित्र वागण्याचा तिच्या मनावर परिणाम झाला

होता. त्यामुळे ती आपलं संपूर्ण शरीर झाकून ठेवत होती. आपलं उघडं शरीर कोणीही पाहू नये म्हणून धडपडत होती.

या समाजात चांगले, वाईट अशी दोन्ही प्रकारची माणसं आहेत. तो पुरुष नालायक होता. त्याने तिचं आयुष्य बिघडवलं होतं.

तुम्हीही पुरुष होता पण समजदार होता. म्हणून तुमच्या मधुचंद्राच्या रात्रीही तुम्ही संयम बाळगला. त्यानंतरही सहा महिने तुम्ही तिला स्पर्शही केला नाही. तुम्ही खूप ग्रेट आहात. पण आता तुम्ही आनंदाने सहजीवन जगू शकता.

आणि ते रिनाकडे येऊन तिच्याकडे वळून म्हटले...

“रिना..! एका पुरुषाने तुझे आयुष्य नासवयाचा प्रयत्न केला तर दुसऱ्या पुरुषाने तुझे आयुष्य सुंदर करण्यासाठी प्रयत्न केला. तू खूप नशीबवान आहेस की असा समजदार पुरुष तुझ्या जीवनात आला. त्याच्यामुळे तुझं जीवन आनंदी झालं आहे. आता त्याला तू सुखी आणि आनंदी ठेवणं तुझ्या हाती आहे. आता सुखाने संसार करा. विश यू हॅपी मॅरेज लाईफ..!”

त्यावेळी डॉक्टरांचं ते बोलणं ऐकून ती लाजेने चूर झाली होती. पण आता हे सर्व आठवून तिला हसू येत होतं.

आता तिला एक समजदार पुरुष म्हणून तिला तिच्या नवऱ्याचा अभिमान वाटत होता. त्याच्या येण्याची चाहूल लागताच तिने स्वतःला सावरलं आणि तो तिच्या खोलीत येताच त्याच्या मनाच्या मोठेपणाला मान देण्यासाठी ती उभीच राहिली आणि तो तिच्या जवळ येताच त्याच्या मिठीत सामावून गेली.

सहा महिन्यांच्या काळ्या रात्रीनंतर.... नंतर त्यांची मधुचंद्राची सुंदर चांदणीरात्र उगवली होती.

आता मात्र त्याचा स्पर्श तिला हवाहवासा वाटत होता.

❑❑

१९

असा हा दुरावा

"अरे.. हा टिफीन तर घेऊन जा..!"

ती तिच्या नवऱ्याला म्हटली. पण त्याला तिचा राग आला होता. तो तसाच ऑफिसला निघून गेला. तिच्याशी न बोलताच..!

ती त्याच्याकडे पाहतच राहिली. पण त्याने वळूनही बघितलं नाही. तिला त्याच्या अशा वागण्याचं वाईट वाटलं.

सकाळपासून त्याचा तिच्याशी अबोला होता. कारण तसं क्षुल्लक होतं. पण त्यावरून बोलाचाली झाली आणि त्यातून अबोला झाला.

तिला तो सकाळचा प्रसंग आठवला...

"अरे..! मला जरा तुझ्या लॅपटॉपचा पासवर्ड दे ना..! मला जरा काम आहे..!"

"तुला कशाला हवा आहे पासवर्ड..? तुझं काय काम आहे..?मला सांग ना..!"

तसं तिला आश्चर्य वाटलं. पण ती मनावर संयम ठेवून बोलली...

"अरे.. तुझा माझ्यावर विश्वास नाही का..?"

तिच्या अशा प्रश्नाने त्याला राग आला आणि तो चिडून तिला म्हटला...

"तुझा माझ्यावर विश्वास नाही. तुला पासवर्ड का हवा आहे..? मी तुझं

काम करून देतो ना..! मग तुझी काय अडचण आहे..?"

"पण मला पासवर्ड सांगितला तर काय बिघडलं..! तुझं काय सिक्रेट आहे त्यात..?"

"माझं काय सिक्रेट असणार आहे..? काय समजते तू मला..?"

"अरे.. पण तू इतका काय हायपर होतो आहेस..? मी तुला सहज म्हटलं..!"

"काहीच बोलू नको तू माझ्याशी..!"

आणि बस या क्षुल्लक कारणावरून त्याने तिच्याशी अबोला धरला. त्याने तिला पासवर्ड दिला नाही याचं तिला वाईट वाटलं. त्यामुळे तिनेही त्याच्याशी अबोला धरला.

तिने चहा केला आणि त्याच्यासमोर ठेऊन निघून गेली. त्याने चहा घेतला. तो चुपचाप आपली तयारी करत राहिला आणि ती शांत राहून आपली कामं करत राहिली. तिने त्याचा टिफीन तयार केला आणि टेबलवर आणून ठेवला. ती काही बोलली नाही.

तो निघाला तसा त्याने आपला बुटाचा आवाज केला. त्या आवाजाने ती बाहेर आली तसा तो निघून जाऊ लागला तिच्याशी न बोलताच..!

तरीही टिफीनचा प्रश्न असल्याने ती बोलली...

"अरे... टिफीन तर घेऊन जा..!"

पण तो टिफीन न घेताच तसाच निघून गेला. तिलाही मग त्याचा अधिकच राग आला. तीही मग जेवली नाही. अशीच बेडवर पडून राहिली.

आतापर्यंत असं त्यांचं भांडण झालं नव्हतं. इतका अबोला कधी धरला नव्हता. त्यामुळे आजच्या भांडणाचा तिला त्रास होत होता.

रोजच दुपारी लंचच्या वेळेला ती त्याला फोन करायची आणि तो

जेवला की नाही याची चौकशी करायची. भाजी कशी झाली आहे..? भाजी आवडली की नाही..? भाजीत मीठ बरोबर पडलेले आहे की नाही याची चौकशी करायची.

दुपारचे दोन वाजले तशी तिला त्याची आठवण आली. त्याने टिफीनही नेला नाही. तो काय जेवला असेल याची चिंता तिला लागून राहिली.

तिने त्याला फोन करण्यासाठी मोबाईल उचलला. पण तिला आठवलं की...

"त्यांच्यात अबोला आहे. मग का करू मी त्याला फोन..?

आणि ज्या दिवशी मला फोन करायला जमलं नाही तर तो फोन करतोच की..! मग बघू या..! तो फोन करतो का..?"

त्याला फोन करण्यात तिचा इगो आड आला.

ती दिवसभर तशी भुकेलीच होती. पोटात भुकेने आगीचा डोंब उसळला होता. पण मनात त्यापेक्षा मोठी आग लागलेली होती. ती अहंकाराची आग होती. ती पटकन शांत होणार नव्हती. ती आग शांत व्हायला तिचा वेळ घेणारच होती. तिने आपल्या पोटाची आग पाणी पिऊन शांत केली. पण तिच्या मनातील आग मात्र धुमसत राहिली.

तिला कंटाळा आला होता. तिने विरंगुळा म्हणून सहज कपाट उघडलं. त्यात त्याचा शर्ट होता. तो शर्ट फार घाण झालेला होता. सकाळी रागाच्या भरात त्याने तो शर्ट धुवायला टाकला नव्हता. तिने तो शर्ट धुवायला बाहेर काढला.

हा शर्ट तिनेच त्याला घेऊन दिला होता. तिला तो शर्ट खूप आवडायचा. त्याने तो शर्ट घातल्यावर ती त्याला म्हणायची...

"किती सुंदर दिसतोस रे या शर्ट मध्ये..! माझीच नजर लागेल तुला..! ऑफिसमधील मुली तुझ्यामागे लागत असतील. नाही का..?"

तो फक्त हसून तिच्याकडे पाहत राहायचा.

तो होताच तसा स्मार्ट..! आकर्षक व्यक्तिमत्वाचा..! पण तो मात्र तिच्यातच गुंतला होता. तिच्या प्रेमात वेडा झाला होता. त्यामुळेच त्याने तिच्याशी लग्न केलं होतं आणि त्यानंतरही ते दोघे आनंदात होते आणि सुखात होते. पण सकाळचा प्रसंग मात्र तिला दुखावून गेला होता.

"या जिवंत आणि सुखी संसारात त्या पासवर्डचं काय मोठं महत्त्व होतं..! नाही दिला तर नाही..! त्याच्यावर तर विश्वास आहे ना..! मग का असा खोटा अट्टाहास केला मी..?"

तिच्या मनाने आता पलटी मारली होती. सकाळचं तिचं वागणं तिलाच पटत नव्हतं.

"माझं चुकलंच..! त्याच्या ऑफिसच्या कामाचे काही सिक्रेट असतीलही. त्याने ते मला का सांगावे..?"

संध्याकाळपर्यंत ती बेचैन होती. तिने अबोला धरून चूकच केली असं तिला वाटत होतं. तिला आता त्या गोष्टीचं वाईट वाटत होतं.

"दुपारी लंचला चांगली संधी होती त्याला फोन करायची. पण माझ्या अहंकाराने ती संधी गमावली. मी इतकं ताणून धरायला नको होतं."

आता तिला स्वतःच्या वागण्याचा पश्चाताप होत होता. तिकडे त्याचीही परिस्थिती काही वेगळी नव्हती. त्यालाही सकाळच्या वागण्याचा पश्चाताप होत होता.

तो ऑफिसला आला होता. पण मनाने मात्र तो तिच्याजवळच होता. त्याचं चित्त ऑफिसला लागत नव्हतं. अखेर त्यानेही तिच्यावर मनापासून प्रेम केलं होतं. इतकं सर्व झाल्यावर कसं चित्त लागणार होतं त्याचं ऑफिसमध्ये..?

त्याला सकाळचं आपलं वागणं आठवलं...

"मी सकाळी तिच्याशी असं वागायला नको होतं..! माझी चूकच झाली. तिच्यावर मी जीवापाड प्रेम केलं. पण साध्या पासवर्डमुळे इतकं बोलणं झालं.

तिला दिला असता पासवर्ड तर काय बिघडलं असतं..? काय मोठं सिक्रेट आहे त्यात..! माझं पहिलं आणि शेवटचं प्रेम तीच आहे ना..! मी तिला पासवर्ड न देऊन तिला विनाकारणच दुखावलं आणि त्यातही तिने तयार केलेला टिफीन न आणून मोठी चूक झाली. तिला न बोलताच निघून आलो. काय वाटलं असेल तिला..?मी रागाच्या भरात तिच्या मनाचा विचारच केला नाही.

मी कधी असा अबोला धरेन असं तिला स्वप्नातही वाटलं नसेल. पण मी तसा वागलो. माझं चुकलंच.

दुपारी लंचला तिने फोन केला नाही म्हणून माझा पुरुषार्थ जागा झाला आणि तिला मीही फोन केला नाही.

पुरुषार्थ म्हणजे एखाद्या स्त्रीवर अत्याचार करणं नव्हे..! पुरुषार्थ म्हणजे एखाद्या स्त्रीला समजून घेणं. तिला योग्य वेळी योग्य ती मदत करणं. पण मी माझ्याच बायकोला मानसिक त्रास देत आहे. हा कुठला पुरुषार्थ..! माझं चुकलं च..! तिला दुपारी फोन करून तिचा राग घालवायची चांगली संधी मी घालवली. माझी तीही एक चूकच झाली."

या पश्चातापामुळे तो कॅन्टीनलाही गेला नाही. तसाच ऑफिसमध्ये कामात मन रमवत राहिला. सर्व त्याचे सहकारी कॅन्टीनला गेलेले होते आणि हा मात्र काम करत होता. तसा तो काम करताना पाहून त्याचा एक सहकारी त्याला म्हटला....

"काय रे..! आज जेवणार नाहीस का..! आणि तुझा चेहरा असा का उतरला आहे..? काय वहिनीशी भांडला की काय सकाळी सकाळी..?"

त्याने हसून आपलं दुःख मनातच लपवलं आणि म्हटला...

"नाही रे..! आज जरा बरं नाही म्हणून..!"

असं सांगून त्याने तो विषय टाळला. पण त्याच्या मनातून त्याला तो विषय घालवता आला नाही.

तो तिचाच विचार करत राहिला.

"तिचं किती प्रेम आहे माझ्यावर..! मी अबोला धरल्यावर सुध्दा तिने माझा टिफीन तयार केला. मला चहा दिला. किती विश्वासाने तिने माझ्याशी लग्न केलं होतं की मी तिला कधीही दुखावणार नाही. तिची काळजी घेईन. आणि आज मी काय केलं..? मी तिला विनाकारणच दुखावलं. माझी चूकच झाली."

त्याचं चित्त आता ऑफिसच्या कामात लागत नव्हतं. कधी एकदा घरी जातो आणि तिला भेटून तिची माफी मागतो असं त्याला झालं होतं.

तीही घरी त्याची तेवढ्याच असोशीने त्याची वाट पाहत होती. तो कधी घरी येईल म्हणून तिला हुरहूर लागली होती.

तो लवकर घरी यावा या आशेने तिने दरवाजा उघडाच ठेवला होता. तो वेळेआधीच घरी निघाला होता. पण त्याचं मन त्याच्या आधीच घरी पोहोचलं होतं.

तिला एकेक मिनिट एकेका युगासारखा वाटत होता. त्यालाही प्रत्येक क्षण तसाच छळत होता.

ती दाराजवळच उभी होती. तिला तो येताना दिसला. त्याला पाहताच तिला गहिवरून आलं. तिचे डोळे पाणावले.

एरवी उमललेल्या फुलासारखा तिचा चेहरा असायचा. तो तिचा सुंदर चेहरा पाहून तोही दिवसभराचा थकवा विसरून जायचा. पण आज तिचा कोमेजलेल्या फुलासारखा चेहरा पाहून त्याला ही वाईट वाटलं आणि त्याचेही डोळे भरून आले.

ती पुढे झाली आणि त्याच्या हातातील बॅग घेतली आणि तो घरात येताच ती त्याला बिलगली.

त्याला तिने आपल्या मिठीत घट्ट धरून ठेवले. जणू संपूर्ण जगच तिच्या मिठीत होतं. तिच्या जीवनाचा आनंदच तिच्या मिठीत आहे असं तिला वाटत होतं.

त्यालाही तिच्या स्पर्शाने त्याच्या चुकीची जाणीव अधिकच गडद झाली आणि तोही तिला आपल्या मिठीत घेत राहिला. दोघेही एकमेकांना आपल्या डोळ्यातून वाहणाऱ्या अश्रूंच्या माध्यमातून म्हणत होते.

"मला माफ कर..! सकाळी मी चूक केली..! आता ती चूक पुन्हा होणार नाही..!"

त्यांच्या दिवसभराच्या अबोला आणि दुराव्याने त्यांच्यात अधिकच जवळीक निर्माण झाली होती.

सकाळचा अबोला संध्याकाळी संपला होता आणि खरं म्हणजे तेच योग्य होतं... त्यांच्या सुखी संसारासाठी..!

❑❑

२०

मैली चादर

"काय होईल माझं या रात्री..?"

मधुचंद्राच्या रात्री तिला भलतीच चिंता सतावत होती. त्यामुळे त्या प्रसन्न रात्रीही ती दुःखी झालेली होती.

लग्नानंतरची पहिलीच रात्र तिच्या मनाला क्लेश देत होती. तिला सतावत होती. त्याच टेन्शनमध्ये ती आपल्या खोलीत बसलेली होती. त्या मधुचंद्राच्या रात्रीतील मधुरता आणि रोमँटिक मूड निघून गेला होता. त्या प्रेमाची जागा आता भयाने घेतली होती.

ती एक सुंदर आणि सुशील तरुणी होती. ती सुंदर नाजूक कळी सारखी होती. तिचा रंग गोरा होता. पण ती अंगाने कोमल होती. तिने नुकतंच एकविसावे वर्ष पार केलं होतं.

ती लहानपणापासून अभ्यासात हुशार होती. त्यामुळे तिने प्रत्येक वर्गात प्रथम क्रमांक कधी सोडला नव्हता. त्याच प्रकारे तिने अनेक खेळांमध्ये ही प्रावीण्य मिळवलं होतं. त्यात खो खो... कबड्डी अशा मैदानी खेळातही ती सुंदर रीतीने खेळायची. त्यामुळे तिने तिच्या शाळा आणि कॉलेजला अभ्यासातील आणि खेळातील अनेक पारितोषिकं मिळवून दिली होती.

तिचं शिक्षण पूर्ण झालं. तसं तिच्या वडिलांनी तिचं लग्न ठरवलं होतं. तिचा नवराही सुंदर आणि समजदार होता. तिचं सासर जरी अशिक्षित आणि

जुन्या विचारांच्या वळणाचं होतं. पण तो चांगला शिकलेला होता.

तो एका आय. टी. कंपनीत जॉबला होता. पुण्यासारख्या शहरात तो राहिलेला होता. त्यामुळे त्याच्या विचारात आणि घरच्यांच्या विचारात खूप फरक होता.

ज्या दिवशी तो तिला पाहायला आला होता. त्याच दिवशी हा फरक तिच्या लक्षात आला होता.

त्या दिवशी...

तो तिला लग्नासाठी बघायला येणार होता. त्यासाठी तिला चांगलं सजून सवरून तयार व्हायचं होतं.

आतापर्यंत तिने कधीच अशी तयारी केली नव्हती. पटकन केसांवरून कंगवा फिरवला आणि त्याला क्लिप अडकवली आणि चेहऱ्याला थोडीशी पावडर लावली. सुगंधी स्प्रे मारला.

अंगात एखादा टी शर्ट आणि खाली जीन्स घातली की झाली तयारी..! या व्यतिरिक्त जी काही वेशभूषा आणि केशभूषेची तयारी होती. तिला ती तयारी जमणे शक्यच नव्हतं.

त्यामुळे तिची आई ती तयारी करून देत होती. पण तिने नुकतंच शिक्षण पूर्ण केलं होतं. त्यामुळे तिला साडी नेसता येत नव्हती. तिची आई तिला साडी नेसवायचा प्रयत्न करत होती. पण तिला ती साडी आवरताच येत नव्हती आणि ती निसटून जात होती. त्यामुळे ती वैतागली होती.

"राहू दे ग आई..! मी अशीच जाईन त्याच्यासमोर..! त्याने मला नाकारलं तर नाकारू दे. मला एवढी मोठी साडी नेसायची सवय नाही. ऐनवेळी तिथेच सुटायची. त्यापेक्षा मी ड्रेसच घालते. मस्त पैकी..!"

"अग पण ते लोक काय म्हणतील..? असं बरं नाही दिसत..! या प्रसंगी तरी साडी नेसतात सर्वच मुली..!"

"अग आई..! काय म्हणायचं असेल ते म्हणू दे त्यांना..! मला त्या साडीत कंफर्टेबल वाटत नाही. असं वाटत राहतं की आता ती साडी सुटली की काय..! आणि मग त्याचं टेन्शन येतं मनावर. आता तू माझं ऐक. मला एखादा ड्रेस घालू दे..!"

आपल्या मुलीच्या जिद्दीपुढे तिच्या आईने हार मानली. तिने आईशी बरीच हुज्जत घालून तिने अखेर पंजाबी ड्रेसच घातला आणि ती त्याच्यासमोर चहा नाश्ता घेऊन गेली.

तिने त्याच्याकडे तिरप्या नजरेने पाहिलं तर तो गालातल्या गालात हसत होता. तिला ड्रेसमध्ये पाहून त्याला तसं काही वेगळं वाटलं आहे. हे त्याच्या चेहऱ्यावर दिसत नव्हतं. त्याचा असा शांत चेहरा पाहून तिला जरा बरं वाटलं.

पण त्याच्या आईच्या चेहऱ्यावर मात्र प्रचंड राग दिसत होता आणि नाराजीही दिसत होती. तिने तो राग आपल्या नजरेतून आणि बोलूनही व्यक्त केला...

"तू साडी का नाही नेसलीस..? तुला लग्नासाठी आम्ही बघायला येणार होतो ना..! तरीही...!"

"ती आतापर्यंत शिकतच होती ना... त्यामुळे..!"

तिची आई स्पष्टीकरण देत होती. पण त्यानेच तिच्या आईला मध्येच थांबवून स्वतःच त्याच्या आईला म्हटला...

"अग आई..! चालतं ग आता..! त्यात काय एवढं..! आपल्याला मुलगी पहायची आहे. तिची साडी नाही."

त्याने त्याच्या आईला असं म्हटलं तशी ती वर वर शांत झालेली दिसत होती. पण तिच्या आत रागाची आग पेटलेली होती. या मुलीने साडी न नेसता आमच्या समोर आली. हा तिला तिचा अपमान वाटत होता. त्यामुळे चहा घेता घेता त्याची आई तिच्या बाबांना म्हटली.

“आम्हाला मुलगी शिकलेली नसली तरी चालेल पण... ती सुशील आणि संस्कारित हवी..!”

त्याच्या आईने सुशील या शब्दावर जोर दिला होता. ते ऐकून तिच्या वडिलांनी विचारलं.

“म्हणजे..!”

तशी त्याची आई आपली बाजू सावरत म्हटली...

“तसं काही नाही..! पण सध्या मुला मुलींची विचित्र प्रेमप्रकरणं चालू असतात. त्याबद्दल म्हणत होते.”

त्याच्या आईने परखडपणे आपलं मत सांगितलं होतं. पण यावर बाबा काही बोलले नव्हते.

त्यानेही तिला काही प्रश्न तिच्या शिक्षणाबद्दल आणि शिकताना घेतलेल्या विषयांबद्दल विचारले. तिने प्रश्नांची योग्य ती उत्तरंही दिली.

तिला तो मुलगा आवडला होता पण तिला वाटत होतं की आपलं लग्न येथे जुळण्याची काही चिन्ह दिसत नाहीत. त्याच्या आईचा स्वभाव तिला विचित्र वाटला. पण त्याने मात्र तिला पसंत केलं होतं आणि तिचं लग्न त्याच्याशीच ठरलं होतं.

लग्न तसं व्यवस्थित पार पडलं होतं. पण तिला लग्नात त्याच्या आईची नाराजी तिच्या चेहऱ्यावर स्पष्टपणे दिसत होती. त्यामुळे तिच्या मनात आधीच धास्ती बसली होती.

आणि.... आता लग्नाच्या पहिल्या रात्री... त्यांच्या मधुचंद्राच्या रात्री..!

तिने आपल्या खास खोलीत प्रवेश केला आणि आपला बेड पाहून तिला धक्काच बसला.

त्यांच्या बेडवर साधी रंगीबेरंगी चादर नव्हती तर... त्यावर एक पांढरी

चादर अंथरलेली होती. ती बेडवरील पांढरी चादर पाहून पाहून ती अस्वस्थ झाली. तिच्या मनात विचार आला.

"काय..? आज माझी कौमार्य चाचणी..!"

या विचाराने ती अंतर्बाह्य हादरली. तिला आता काही सुचेनासे झालं होतं.

असं अचानक काहीतरी विचित्र समोर येईल आणि आपल्याला त्याला तोंड द्यावं लागेल असं तिच्या स्वप्नातही आलं नव्हतं. पुढे येणाऱ्या पेच प्रसंगाने तिला टेन्शन आलं होतं.

मुलीच्या जीवनात येणाऱ्या तिच्या स्वप्नातील ही एक सुंदर रात्र असते. पण आता त्या रात्रीचा तर पार विचका झाला होता. त्या मधुर रात्रीचा रोमँटिक विचार संपला होता. त्याच्या जागी भीतीचे विचार गोंधळ घालत होते. तिच्या मनात भय आणि किळस निर्माण झाली होती.

ती स्वतःच्या शरीराला आकुंचित करत होती. आपल्या मनाला त्या भीतीतून सावरून घ्यायचा प्रयत्न करत होती.

अशी दुष्कर घडी..! अशी मधु चंद्राची रात्र कोणत्याही मुलीच्या आयुष्यात येऊ नये..! असं तिला वाटून गेलं. ती भीतीने थरथरत होती. तिच्या कपाळावर घामाचे टिपूस जमा झाले होते. आता काय करावं ते तिला कळत नव्हतं.

त्या कौमार्य चाचणीत ती निश्चित नापास होईल असं तिला वाटत होतं आणि तेच भय तिच्या मनात पिंगा घालत होतं.

ती स्वतःला सावरत असताना तो तिच्या खोलीत आला. तिच्याजवळ बसला तशी ती त्याच्यापासून दूर सरकली आणि आपलं अंग अजूनच चोरू लागली.

आजच्या या रात्री तिच्या अशा वागण्याचं त्याला आश्चर्य वाटलं.

"काय झालं..? तू अशी का अंग चोरुन बसली आहेस..? मी पसंत नाही का तुला..? तसं असेल तर मला स्पष्ट सांग..!"

त्याच्या शब्दांनी तिला जरा आधार वाटला. तिने हलकेच त्याच्याकडे पाहिलं. तो अगदी शांत होता.

पण आपल्या अशा वागण्याने त्याच्याही चेहऱ्यावर तिला चिंता दिसत होती. भलत्या वेळी भलतीच चिंता होती. हे तिच्या लक्षात आलं होतं.

मग ती स्वतःला त्यातून सावरत हळूच त्याला म्हटली...

"या बेडवर ही चादर..! कशी काय..?"

तिच्या बोलण्याचा अर्थ त्याला कळला नाही. तो असमंजसमध्ये पडला.

"म्हणजे मला नाही कळलं..!"

"तुझा माझ्यावर विश्वास नाही का..? मी तिला अशी तशी मुलगी वाटली का..?"

तिच्या अशा बोलण्याने तो अजूनच गोंधळात पडला.

"तू काय बोलते आहेस तेच मला कळत नाही आहे. तू स्पष्टच बोल."

"तुला राग तर येणार नाही ना..?"

या सुंदर मधुचंद्राच्या रात्री ही अजून कोणतं रहस्य सांगणार आहे..? या विचाराने तो क्षणभर थबकला आणि तिला म्हटला...

"तुझ्या मनात काय असेल ते तू स्पष्टपणे मला सांग. मला राग येणार नाही. हे माझं प्रॉमिस..! आणि तुझी काही अडचण असेल तर त्यात तुला मदत करीन. हेही माझं दुसरं प्रॉमिस आहे. तू आता संकोच न करता स्पष्ट काय ते सांग..!"

"ही बेडवर टाकलेली पांढरी चादर माझी अडचण आहे. तुला त्या चादरीचं काही वाटत नसेल पण मला त्या चादरीचा खूप त्रास होतो आहे."

"अजूनही तू कोड्यात बोलते आहेस. तू सरळ सरळ सांग. तुझा काय प्रॉब्लेम आहे ते..?

प्रथम एक लक्षात घे..! मी तुला पसंत केलं आहे आणि तूही मला पसंत केलं आहे. म्हणूनच आपण लग्न केलं आहे आणि आता तू माझी बायको आहेस. आणि मी तुझा नवरा. आपण दोघं आता एकमेकांच्या सुख दुःखाचे भागीदार आहेत.

तुझं समाधान झालं असेल तर आता तुझ्या मनात काय भीती आहे ते मला सांग..!"

त्याच्या बोलण्याने ती बरीच सावरली.

"तुमच्या मनात माझ्या चारित्र्याबद्दल काही संशय आहे का..? लग्नाआधी माझे कुणाशी संबंध आले आहेत अशी कुठे तुमच्या मनात शंका आहे का..? याबद्दलच मला तुमच्याशी बोलायचं आहे."

"तुला असं का वाटत आहे..? तसं तर माझ्या मनात काही नाही. तुला कोणी काही बोललं का..?"

"कोणी बोलायला कशाला पाहिजे..? आपल्या लग्नानंतरच्या पहिल्या रात्री बेडवर ठेवलेली पांढरी चादर च सर्व बोलत आहे..!"

त्याने त्या पांढऱ्या चादरीकडे पाहिलं. तशी त्याच्याही चेहऱ्यावर अशी चादर का टाकली याचं आश्चर्य दिसू लागलं. तो काही बोलणार त्या आधीच ती बोलू लागली...

"मी एक सुशील मुलगी आहे. माझा कधी कोणत्याही मुलाशी तसला संबंध आलेला नाही..! पण...

"पण काय..?"

तो अधीर होऊन तिच्या भूतकाळात काय झालं आहे हे जाणून घेण्यासाठी तिला बोलला.

ती पुढे त्याला सांगत राहिली...

“ही आपल्या बेडवर असलेली पांढरी चादर माझी कौमार्य चाचणी घेण्यासाठी टाकली आहे ना..?

पण तुमची ती चाचणी यशस्वी होईल असं मला वाटत नाही..!”

“काय..?”

तिचं हे बोलणं ऐकून त्याला धक्काच बसला. ती त्याच्या बोलण्याकडे दुर्लक्ष करत पुढे बोलत राहिली...

“मी एक खेळाडू आहे. लहानपणापासून मी मैदानी खेळ खेळत आहे. त्यामुळे तुम्हा पुरुषांच्या मनात त्या पडद्याचे जे कौतुक असते तो माझा पडदा कधीच फाटलेला असेल.”

त्यामुळे तुमची ही कौमार्य चाचणी कधीच यशस्वी होणार नाही. म्हणजे मग मी चारित्र्यहीन आहे का..?

सीतेने अग्नीपरिक्षा देवून तिचं पावित्र्य सिद्ध केलं होतं. आजच्या सर्वच नाही पण काही मुलींना कौमार्य चाचणी द्यावी लागते. हे किती योग्य आहे..?

शहरातील मुलींना नसेल द्यावी लागत ही चाचणी..! पण अनेक खेड्यात शिक्षणाचा अभाव आहे. त्यामुळे तेथील लोक आजही असल्या गोष्टींच्या मागे लागतात. आणि त्या मुलींना मानसिक आणि शारीरिक त्रास देत असतात.

सुखी संसार करण्याची स्वप्नं घेऊन आलेल्या मुलींचं संपूर्ण आयुष्य उद्ध्वस्त होतं. त्या मधुचंद्राच्या रात्री घेतल्या जाणाऱ्या कौमार्य चाचणीने..!

या पवित्र देशातील एकाही मुलीला ही कौमार्य चाचणी द्यावी लागत असेल तरी ही गोष्ट अखिल स्त्री जातीचा अपमान आहे.

तुझ्या आईची तीच परिस्थिती आहे. असं मला वाटतं किंवा आपल्या

सुखी संसारापेक्षा त्यांचा इगो मोठा आहे. त्यांना माझा काहीतरी बदला घ्यायचा आहे. असंही मला वाटतं. आणि म्हणूनच ही पांढरी चादर आपल्या बेडवर आली आहे.

आजच्या रात्री आपल्या बेडवर ती पांढरी चादर बघून मला खूपच त्रास होत आहे. ती पांढरी चादर पाहून मला भलतीच चिंता सतावत आहे.

तुम्ही चांगले शिकलेले आहात आणि समजदार आहात. म्हणून तुमच्याशी मी हे बोलत आहे. आता मला सांगा. तुम्हाला काय वाटतं तू चादर पाहून..?"

त्यालाही ती पांढरी चादर बघून वाईट वाटलं आणि तो तिला म्हटला...

"ही आपल्या भेटीची आणि मिलनाची पहिली रात्र आहे. याच रात्री असा संशय मनात आला तर पुढील आयुष्यात कधीच एकमेकांवर विश्वास आणि प्रेम राहणार नाही.

हे माझ्या लक्षातच आलं नाही. मला माफ कर. माझ्या घरच्या लोकांनी तुला दुखावलं. त्याबद्दल मी तुझी माफी मागतो.

ही मधुचंद्राची रात्र आपल्या मधुर मिलनाची रात्र आहे. त्यात संशय... शंका आणि भलती सलती चिंताही मनात नसावी.

ही निर्जीव पांढरी चादर आपल्यात भांडण लावून गेली असती. खरं म्हणजे ही पांढरी चादर नाही तर मैली चादर आहे.

खरं म्हणजे आजच्या मधुर रात्री ही चादर, ती स्त्री आणि तिच्या पावित्र्याचा अपमान आहे.

आजच्या रात्री प्रेमी जनांची मनं मैली करणारी ही चादर आहे. कोणीही भल्याने तिच्यावर विश्वास ठेवू नये. अन्यथा त्यांचं वैवाहिक जीवन कधीच सुखी होऊ शकणार नाही.

ज्या पांढऱ्या चादरीने तुझ्या मनाला इतके क्लेश दिले. तीच चादर मी काढून फेकून देतो. मग तर झालं ना..! ही पांढरी चादर मी फेकतो आणि तू ही तुझ्या मनातील ही भलती सलती चिंताही फेकून दे."

आणि त्याने बेडवरील प्रेमी जीवांची मनं मैली करणारी ती पांढरी चादर काढून टाकली.

आणि... त्यावर मस्त रंगीत चादर टाकून आपल्या सहजीवनाची रंगीत स्वप्न पाहत दोघेही बिलगून बसली होती.

तिने त्याच्या डोळ्यात पाहिलं. त्यात तिला फक्त प्रेम आणि विश्वास दिसत होता. तो विश्वास आणि प्रेम पाहून ती त्याला म्हटली...

"असा समजदार जोडीदार जर सर्वच मुलींना मिळाला तर या जगात कुठलीच कुप्रथा टिकणार नाही.

बरं झालं..! तुझ्यासारखा जोडीदार आहे. तुझी मला साथ आहे. म्हणून माझ्या मनातील भलतीच आलेली चिंता कायमची दूर झाली."

"कुठे शंका नाही की संशय नाही..! सर्व अगदी पाण्यासारखं नितळ आणि निर्मळ राहील आणि सर्वदूर फक्त प्रेमच प्रेम राहील."

असं म्हणून त्याने तिला जवळ घेऊन तिच्या कपाळावर दीर्घ चुंबन घेतलं.

त्यांचं ते पवित्र प्रेम पाहून कोपऱ्यात पडलेली आणि मैली होता होता वाचलेली पांढरी चादर मात्र आनंदाने हसत होती..!

❑❑

२१

कॉफी आणि ती

ती धावत पळत ऑफिसला पोहोचली होती. ती धावत आल्याने दमून गेली होती. पण तिच्यासमोर कामाचा डोंगर होता. ती तशीच कामाला लागली होती. दुपारच्या लंचपर्यंत ती काम करीत राहिली.

दुपारी लंचच्या वेळेपर्यंत ती अधिकच गळून गेली. तिला कॅन्टीनला जाऊनही काही खावं असं वाटत नव्हतं. मग ती तशीच टेबलवर मान टाकून डोळे मिटून पडून राहिली.

"काय तब्येत बरी नाही का मॅडम..?"

त्या आवाजाने ती दचकली. तिचा सहकारी मित्र तिला विचारत होता. तशी ती सावरून बसली.

"तसं काही नाही. बरं आहे..! कामामुळे जरा थकवा आला आहे इतकेच..!"

तिला सकाळचा प्रसंग आठवला.

तिचा नवरा क्षुल्लक कारणाने तिच्याशी भांडला होता. मग तो काहीच न खाता ऑफिसला गेला होता. अगदी सकाळचा चहाही त्याने घेतला नव्हता. तसाच रागाच्या भरात ऑफिसला निघून गेला होता.

त्याच्या भांडणाचा तिला मानसिक ताण आला होता. ती तिच्या सहकारी मित्राला "तसं काही नाही..!" म्हटली खरी..! पण अनुभवी नजरेने

त्याच्या लक्षात आलं होतं की तिचं घरी काही तरी भांडण झालं आहे. तसा तो म्हटला...

"चला मॅडम कॉफी घेऊ या...!"

"कुठे..?"

"समोरच्या कॉफी शॉपमध्ये जाऊ..!"

तिला त्याच्यासोबत जायला काही अडचण नव्हती. तसं तिनेही काही खाल्लेलं नव्हतं आणि सकाळच्या घटनेचा त्रास होऊन तिचं डोकं ठणकत होतं. तिलाही चहा कॉफीची गरज होतीच.

"ठीक आहे..! चला जाऊ या..!"

असं म्हणत ती त्याच्यासोबत कॉफी शॉपमध्ये गेली

कॉफी शॉप मध्ये बसल्यावर त्याने कॉफीची ऑर्डर दिली आणि विषय काढला...

"त्याचं काय आहे न मॅडम..! आज सकाळी माझं माझ्या बायकोबरोबर भांडण झालं..!"

"का भांडण झालं..?"

"तसं काही विशेष कारण नाही पण झालं भांडण..! पण गंमत बघा मॅडम..! इतकं भांडण झाल्यावरही तिने टिफीनमध्ये माझ्या आवडीचा शिरा करून दिला..!"

तोपर्यंत वेटरने कॉफीचे कप आणून ठेवले. कॉफीचे कप ठेवून वेटर निघून गेला तसा तो तिला म्हटला...

"ते पाहून मला अपराधी वाटलं. आणि माझ्या मनात विचार आला... की संसार आहे तिथे भांडणं होतातच. भांड्याला भांडं लागतच. पण तेच धरून बसू नये. त्यात स्त्री ही सहनशील आणि क्षमाशील असते. बायका

भांडतात पण लगेच ते विसरून आपल्या माणसांवर प्रेम ही करतात. असं तो टिफीन पाहिल्यावर मला वाटलं."

त्याचं असं बोलणं ऐकून तिला तिची चूक लक्षात आली. तिला आठवलं की भांडणाचा राग म्हणून तिने घरी काहीच स्वयंपाक केला नव्हता. तीही तशीच ऑफिसला निघून आली होती.

कॉफीच्या एक कपाने तिचे विचार बदलले होते आणि तिच्या सहकारी मित्राने तो कॉफीचा कप निमित्त म्हणून घेतला होता.

संध्याकाळी ती लवकरच घरी निघाली. तिची घरी लवकर जाण्याची लगबग बघून तो समाधानाने हसत होता. त्याचा बाण अचूक लागला होता. तिने तिच्या नवऱ्याच्या आवडीची जिलेबी घेतली आणि घरी पोहोचली.

तिच्या नवऱ्यानेच दरवाजा उघडला. त्याच्याशी हसून ती सोफ्यावर जाऊन बसली.

तिने त्याच्या हातात जिलेबीचा पुडा दिला. त्या जिलबीचा वास येताच तो खुश झाला. आणि तो तसाच किचनमध्ये गेला आणि एक ताट घेऊन आला. त्या ताटात तिच्या आवडीची भरीत पुरी त्याने घरी तयार केली होती.

ते पाहून तिचे डोळे भरून आले. तिच्याकडे बोलायला काही शब्दच नव्हते. ती त्याच्याकडे आश्चर्याने... कौतुकाने... आनंदाने आणि प्रेमाने बघत राहिली. आणि तिच्या मनात आले...

"पुरुष अखेर पुरुषच...! कधी ते क्षुल्लक कारणाने बायकोशी भांडतील आणि मग प्रेमही तितकंच भरभरून करतील..!"

या विचाराने तिच्या डोळ्यात आनंदाश्रू आले होते आणि तिच्या चेहऱ्यावर हसू आलं होतं..!

❑❑

२२

तलाक

"तलाक..! तलाक..! ! तलाक..! ! !"

तिच्या नवऱ्याच्या तोंडून हे जहरी शब्द ऐकून ती हादरली आणि घाबरून ती मटकन खालीच बसली.

ती एकटीच होती. तिला काही कळेनासेच झाले होते. हे असं काय झालं आपल्या आयुष्यात..? कुठे काय चुकलं..? माझं तरी काय चुकलं..? या प्रश्नांचा आढावा तिचं मन घेऊ लागलं. तिला त्याची पहिली भेट आठवली.

त्या दिवशी त्याची आणि तिची भेट एका रिक्षात झाली. तो त्यावेळी रिक्षा चालवायचा. ती बाजारात जाण्यासाठी स्टॉपवर उभी होती. तिला स्टॉपवर उभी राहून बराच वेळ झाला. पण बस आली नव्हती म्हणून तिने रिक्षा केली.

ती रिक्षा तोच चालवत होता. तो सहज म्हणून तिच्याशी गप्पा मारत होता. त्यांच्या गप्पा झाल्या. तशी त्यातून त्यांची एकमेकांची थोडीफार ओळख झाली होती. त्यानंतर त्यांच्या बऱ्याचदा भेटीगाठी होत होत्या. त्यातून त्यांची मैत्री झाली होती. त्यामुळे ते आता आपल्या सुख दुःखाच्या गोष्टी एकमेकांना सांगत असतं आणि एकमेकांच्या सुख दुःखात सहभागी होत असतं.

त्यातून त्याला कळलं की ही आता एकटीच आहे. तिला कोणाचा

तसा आधार नाही. त्यामुळे तो तिच्याशी सहानुभूतीने आधाराचे दोन शब्द बोलला.

"तर तू आता एकटीच आहेस..! पण घाबरु नको. धीराने घे सर्व..!"

त्याला तिची परिस्थिती लक्षात आल्यावर त्याने तिला आधार दिला. तिच्या दुःखावर कोणीतरी प्रेमाची फुंकर घालत होतं. यामुळे तिलाही बरं वाटलं होतं.

आता ती त्याच्याशी मनाने मोकळी होऊन बोलत होती.

"हो रे..! माझी अम्मी आणि अब्बा कोरोनाने गेले आणि मी एकटी पडली आहे. आता काय करू,असं मला झालं आहे..!"

तिचं दुःख पाहून तो तिला सहानुभूती दाखवत म्हटला...

"काही घाबरु नको. तू तरुण आहेस. कुठेही काम करू शकशील आणि मग निकाह करून जाशील एखाद्या भाग्यवाना सोबत..!"

"कोण करेन रे माझ्याशी निकाह..?"

तसा तो हसला आणि म्हटला...

"तू सुंदर आहेस. तरुण आहेस. कोणीही तुझ्याशी निकाह करायला तयार होईल."

ती दीर्घ उसासा टाकत म्हटली...

"कोण भेटेल असा..? कोण जाणे..!"

तिने तसं म्हणताच त्याने तिचा हात हातात घेत म्हटला...

"मी तयार आहे तुझ्याशी निकाह करायला..! तू करशील माझ्याशी निकाह..? तसेही आपण एकाच धर्माचे आहोत. कोणी काही बोलणार नाही."

ती तशीही एकटीच होती. तिलाही कोणाचा तरी आधार हवाच होता.

तिने लग्न करायला संमती दिली.

"मी तुझ्याशी निकाह करायला तयार आहे. आतापर्यंत मी दुःखच भोगलं आहे. आता मला सुखात ठेव एवढीच माझी इच्छा आहे. आता दुःख सहन करण्याची माझी शक्ती संपली आहे. वचन दे तसं मला..!"

"तो विचार करू नकोस. मी तुला नेहमी सुखातच ठेवेन. फक्त तू माझीच होऊन राहा. माझं तुझ्यावर आधीपासून प्रेम होतंच. ते आता व्यक्त करत आहे इतकंच..!"

अशा प्रकारे त्यांच्या मैत्रीचं रूपांतर प्रेमात परिवर्तित झालं होतं आणि आता ते पुढे जावून लग्नाच्या गाठी बांधणार होते. फक्त सुखासाठी..!

त्याने तिच्याशी निकाह केला आणि आता ते सोबत राहू लागले होते. त्यानंतर तिने त्याला सुखी ठेवण्याचा हरप्रकारे प्रयत्न केला. तीही त्याला सुखी करण्याचा प्रयत्न करत राहायची.

त्यासाठी ती त्याच्या आवडीचे पदार्थ तयार करायची. ती त्याच्या आवडीचेच कपडे घालायची. ती त्याच्या आवडीचा शृंगार करायची. ती त्याच्यासाठी हे करत राहायची आणि त्याच्या आनंदात आनंदी राहायची. त्याच्या सुखात ती आपलं सुख शोधायची.

सुरुवातीची तीन वर्षे खूप चांगली गेली. सुखात गेली. तीही आता आपल्या नशिबावर खुश होती. तिचा संसार सुखाचा चालला होता. तो आपला रिक्षा चालवायचा आणि पैसा कमवायचा. ती घरची कामं करत होती. तसेच त्याची काळजी घेत होती आणि त्याचा संसारही सांभाळत होती.

या तीन वर्षात त्यांचा संसारही मोठा झाला होता. तिला दोन मुलं झाली होती. त्यामुळे तिला तशी कसली चिंता नव्हती.

पण एक दिवस संध्याकाळी तो घरी आला आणि आल्या आल्याचं तो तिला म्हटला...

“हे बघ..! मला आता दुबईला काम मिळत आहे. मी तिथे जायचा विचार करत आहे..!”

त्याचं बोलणं ऐकून तिला धक्काच बसला.

“पण आमचं काय..? माझं काय होईल..? आपल्या मुलांचं काय होईल..? आम्ही इथे एकटे पडू..!”

तसं त्याने तिला जवळ घेतलं आणि म्हटला...

“तिथे गेलं तर मला खूप पैसा मिळेल. मी तुला पैसे पाठवत राहीन आणि नंतर तुम्हाला ही तेथे घेऊन जाईन. तू काही काळजी करू नको.”

आणि त्यानंतर तो आठ दिवसात तिकडे निघून गेला. आता त्याला तिकडे जाऊन दोन वर्ष होत आली होती. तिकडे तो मजेत होता. इकडे ही मात्र त्याच्या काळजीने जळत होती. तो अधून मधून तिला पैसे पाठवत होता. त्यातून ती घरखर्च करत होती. पण तिला तिकडे नेण्याबद्दल तो काही बोलत नव्हता.

ती काळजीने त्याला विचारायची...

“तू आम्हाला तिकडे कधी नेणार आहेस..?”

पण तो आता तिच्या प्रश्नाचं उत्तर द्यायला टाळाटाळ करत होता. नंतर नंतर तर त्याने पैसेही पाठवणे बंद केले.

ती बिचारी इकडे काळजीने सुकत चालली होती. आपल्या पदरी असलेल्या दोन मुलांची काळजीही तिला होती. त्यामुळे ती आजूबाजूच्या तीन चार घरची कामं करू लागली. त्यातून आपल्या मुलांचं पोट भरत होती.

त्या सोबत ती त्याला पत्र पाठवून तर कधी फोन करून त्याला परत कधी येणार म्हणून विचारत राहायची. त्याला पैसे पाठवण्याची विनंती करायची. ती इथून त्याचं काही बिघडवू शकत नव्हती. ती हतबल होती. असहाय होती आणि एकटीच होती. पण ती त्याची मोठ्या आशेने वाट बघत बसायची.

"आपलाच नवरा आहे. येईल एक दिवस आपल्याकडे परत..! त्याची बायको इथे आहे. त्याची मुलं इथे आहेत. त्यांची काळजी नाही का त्याला..!"

या विचारात ती आलेला दिवस घालवत होती. ती त्याच्या आठवणीत हरवायची. कधी माझा नवरा परत येईल... याचा ती विचार करत राहायची.

तो गेल्यानंतर तिचं आयुष्य थांबून गेलं होतं. तिची सुखं तिच्यापासून दूर जात होती. पण आपला नवरा आपल्याकडे परत येईल ही आशा तिच्या मनात जिवंत होती.

कधी तरी तो आपल्या काळजीपोटी आपल्याला फोन करेल आणि विचारेल..

"तू कशी आहेस..? मला तुझी खुप आठवण येते आहे. मी इथे एकटा अडकून पडलो आहे. पण मी लवकरच तुझ्याकडे येईन. तुझ्याशिवाय मी जगू शकत नाही. तू काळजी करू नकोस. मी आहे ना..!"

असा फोन करून आधार देईन. असं तिला वाटत होतं. त्या दिवशी ती अशीच त्याच्या विचारात गुंग असतानाच तिचा फोन वाजला. तिने पाहिलं तर तो फोन त्यानेच केला होता.

ती खूप खुश झाली. तिच्या नवऱ्याचा फोन आल्याने तिच्या अंगावर रोमांच उभे राहिले होते. तिच्या मनात हुरहूर निर्माण झाली.

काय बोलावं..? कसं बोलावं..? आणि काय विचारावं..? असा संभ्रम तिला पडला होता. आधी त्याच्या तब्येतीविषयी विचारू की आपल्याबद्दल सांगू..? की आपल्या मुलांची प्रगती सांगू..? तिला काय सांगू आणि काय नको असं झालं होतं.

आपल्या नवऱ्याला आपली काळजी आहे. या विचाराने तिचं अंतःकरण भरून आलं आणि तिचे डोळेही भरून आले.

तिने आपले डोळे पुसले आणि मनातील उत्सुकतेने तिने पटकन त्याचा फोन घेतला.

"हॅलो..!"

तिकडून तिचा नवरा बोलत होता.

"नीट ऐक..! मी काय सांगत आहे ते..! मला आता तिकडे भारतात येणं शक्य नाही. मी आता इकडेच राहीन.

मला इकडे एक मुलगी भेटली आहे. मी तिच्याशी निकाह करणार आहे. म्हणून मी तुला मोकळं करत आहे. तुला तलाक देत आहे..!"

असं सांगून तो त्या मोबाईलमधून पुढे बोलला...

"तलाक..! तलाक..! ! तलाक..!!!"

ते तीन शब्द ऐकून तिला धक्काच बसला. ती फक्त "हॅलो.. हॅलो..!" करत राहिली पण तिला बोलायला काही शब्दच सुचत नव्हते. तिच्या कानात गरम शिसे ओतल्याप्रमाणे वाटत होतं. तिची अवस्था जणू ती आकाशातून जमिनीवर आदळली अशी झाली होती.

त्याने एवढं बोलून लगेच फोन बंद केला होता. पण तिचं मन मात्र दुःखाने होरपळून गेलं होतं.

तिच्या मनात अनेक विचार आले...

तो माझ्याशी असं का वागला..? तिने दिलेल्या सुखाची परतफेड त्याने अशी का केली..? त्याच्या मनात थोडीही अपराधीपणाची भावना आली नसेल का..? मी त्याला माझं सर्वस्व दिलं. त्याचंही त्याला काहीच वाटलं नसेल का..?

तो गेल्यानंतर मी स्वतःला परपुरुषांच्या नजरेपासून वाचवत होते. मी माझ्या शरीराच्या कुठल्याच अंगाचं प्रदर्शन केलं नव्हतं. मी तर स्वतःला

परपुरुषांपासून लपवून ठेवत होते. तो गेल्यानंतर कोण्या परपुरुषाला मी माझा चेहरा दाखवला नव्हता की कोण्या परपुरुषाचा चेहरा मी पाहिलाही नव्हता.

स्वतःवर संयम ठेवून त्याची वाट बघत होते आणि तो मात्र दुसऱ्या मुलीसोबत..! छी..! असा विचारही माझ्या मनाला त्रास देतो.

मी एक स्त्री आहे म्हणून मला मर्यादा आहेत आणि तो पुरुष आहे म्हणून तो मुक्त आहे का..?

खरं आहे ते..! पुरुषाला मोहाचा शाप असतो आणि स्त्रीला मर्यादेचा वर असतो..! पण पुरुषाने आपल्याच स्त्रीचं मन का समजून घेऊ नये..? ती पण एक माणूसच आहे ना..! तिच्याही काही भावना असतात. हे त्या पुरुषाच्या का लक्षात येत नाही..?

स्त्री त्याच्या संसाराची सर्व जबाबदारी घेते. आपल्या पुरुषाला सर्व सुखं देण्यासाठी जिवाचं रान करते. त्या पुरुषाला याची थोडीतरी परतफेड करायची आठवण का राहत नसेल..? काही पुरुष असे का वागतात..? त्यांना स्त्री एक खेळणं का वाटतं..? तिच्या मनाशी आणि तिच्या शरीराशी खेळून झाल्यावर तिला असं कसं ते पुरुष सोडून देवू शकतात..?स्त्री जसं तिचं सर्वस्व पुरुषाला अर्पण करते. तसं पुरुषाला त्याची परतफेड करावी असं का वाटत नाही..?

अशाप्रकारे मोबाईलवरून आपल्या बायकोला सोडून देण्यासारखी वस्तू आहे का स्त्री..? एखादी वापरलेली वस्तू कचऱ्याच्या डब्यात टाकून द्यावी. अशी वस्तू आहे का स्त्री..?

आपल्याच बायकोला आपण फसवत आहोत. याबद्दल त्याच्या मनात अपराधीपणाची भावना का निर्माण होत नाही..?

असे अनेक प्रश्न तिच्या मनात घोंघावत होते. पण त्यांचं उत्तर कोण देणार होतं..? तिला वाटलं...

“जेव्हा पुरुषाच्या मनात स्त्रीच्या उपकारांची जाणीव होईल. त्या

उपकारांची परतफेड करण्याची भावना निर्माण होईल तेव्हा कुठलाही पुरुष असं चुकीचं पाऊल उचलणार नाही तसेच कधी चुकला तर त्याच्या मनात अपराधीपणाची भावना निर्माण होईल आणि त्याचीच त्याला लाज वाटेल.

या तलाकच्या तीन शब्दांनी एखाद्या स्त्रीची अवस्था किती बिकट होते याची कल्पना पुरुषांना येत नाही. यामुळे तिचं आयुष्य बरबाद होतं... याची जाणीव त्या पुरुषाला होत नाही आणि हे त्या पुरुषाच्या लक्षात येत नाही तोपर्यंत स्त्री ही त्याच्यासाठी भोगवस्तूच राहील. तोपर्यंत तो तिची सेवा आणि तिचं शरीर उपभोगत राहील.

जर तिचा कंटाळा आला किंवा त्याला कुठे स्वतःचा स्वार्थ दिसला तर त्या वापरलेल्या स्त्री रुपी वस्तूला अशीच सोडून देईन. अखेर पुरुष ते पुरुषच..! त्याला स्त्रीचं महत्त्व कळायला खूप उशीर लागेल. हे मात्र खरं आहे."

या विचाराने तिला रडू आलं. ते पाहून तिची निरागस लेकरं तिला बिलगून विचारत होती...

"क्या हुआ अम्मी..!"

त्या निरागस लेकरांना ती काय सांगणार होती आपल्या बापाचा स्वार्थीपणा..? त्यांना छातीशी कवटाळत ती रडत राहिली.

❑❑

२३

तिची रात्र

तिला त्याने प्रेमाने जवळ घेतलं. तिच्या कमरेत हात टाकून तिला अजून जवळ ओढलं. त्याचा गरम श्वास तिच्या चेहऱ्यावर पडत होता.

त्याचा चेहरा तिच्या चेहऱ्याजवळ आला. त्याचा चेहरा तिच्या चेहऱ्याच्या अजून जवळ आला आणि तिच्या गालावरून त्याचे ओठ फिरवत होता.

त्याच्या स्पर्शाने ती मोहरुन गेली होती. त्याचा हात तिच्या पाठीवरून आणि तिच्या शरीरावरून फिरत होता. त्या त्याच्या तशा स्पर्शाने रोमांचित झाली होती.

त्याने अलगद तिला मिठीत घेतलं आणि तिच्या नाजुक गुलाबी ओठांना आपल्या ओठांचा स्पर्श केला. तसे तिने आपले डोळे बंद केले आणि त्याला अजूनच घट्ट बिलगली. तसं त्याने तिला बेडवर टाकलं आणि...

आणि प्राचीने आपलं रोमँटिक कथेचं पुस्तक पालथं टाकलं आणि ती स्वतःही बेडवर पालथी झाली. ती त्या कथेतील शृंगारिक वर्णन वाचून अस्वस्थ झाली होती.

तीही आता रोमांचित झाली होती. तिचा रोम रोम आता मिलनोत्सुक झाला होता. तिला आता नवऱ्याचा सहवास व्हावा असं वाटत होतं. त्या कथेच्या वर्णनाने तर ती अधिकच बेचैन झाली होती.

तिचा श्वास फुलला होता. तिचं शरीर तापलं होतं. तिच्या संपूर्ण शरीरात कसकस जाणवत होती. तिने आपल्या डोक्याखाली असलेली उशी काढली आणि आपल्या छातीशी दाबली. तशी तिच्या तोंडून वेदनेची कळ बाहेर पडली.

"किती वेळ झाला..? कुठे गेला आहे माझा नवरा..?"

तिने अस्वस्थ होऊन भिंतीवरील घड्याळाकडे पाहिलं तर त्यात केव्हाच रात्रीचे बारा वाजून गेले होते.

ही काही फक्त आजच्या रात्रीचीच गोष्ट नव्हती..!

तिचं लग्न झालं. त्यानंतरची दोन वर्ष मस्त मजेत गेली. पण त्यानंतर मात्र तिच्या रात्री अशाच बेडवर तळमळत गेल्या होत्या.

त्याला आता तिचा कंटाळा आला होता. तिच्या शरीराचाही कंटाळा आला होता. तो तिच्याजवळ येतच नव्हता. त्याला बाहेर कोणीतरी दुसरी तरुणी भेटली होती. त्याची ती भूकही तीच तरुणी भागवत होती. त्यामुळे तो तृप्त व्हायचा.

तिची भूक मात्र तशीच अपूर्ण राहून जात होती. ती तशीच अतृप्त राहत होती. त्यामुळे ती आता शृंगारिक पुस्तकातील कथा, कादंबरी वाचून आपल्या अतृप्त मनाची तृप्ती करून घेत होती.

ती स्वतःला त्या नायिकेच्या जागी कल्पून नायकाच्या आभासी स्पर्शाने आपली भूक शमवण्याचा प्रयत्न करत होती. ते पुस्तक वाचताना त्यात ती हरवून जात होती.

तिला त्यावाचून दुसरा काही पर्यायच नव्हता. तिचा नवरा पुरुष होता. तो बाहेर कुठेही जावून आपली भूक भागवून घेत होता. पण ती एक स्त्री होती. तिला चारित्र्याची मर्यादा होती.

आणि खरं म्हणजे एक स्त्री म्हणून कोणत्याही स्त्रीच्या मनाला तसं काही करणं पटणारही नव्हतं. तिलाही ते पटत नव्हतं. पण पोटाची भूक पाणी पिऊनही शमवता येईल पण ही भूक किती दिवस सहन करावी..? किती महिने अतृप्त राहावं..?

या विचाराने ती बेचैन झाली.

तिला आता कितीतरी महिने झाले होते. ती अतृप्तच होती. तिच्या शरीराची भूक भागलेलीच नव्हती. तो तिला कधी स्पर्शही करत नव्हता की तिच्याशी प्रेमाने बोलतही नव्हता.

तिचं शरीर नेहमी त्याच्या स्पर्शासाठी आसुसलेलं राहायचं. तिची ती भूक कोणाजवळ बोलून दाखवताही येत नव्हती की सहनही करता येत नव्हती. अशी तिची अडचण झाली होती.

तिची अपेक्षा फक्त त्याने आपल्याला जवळ घ्यावं. त्याने आपल्याला प्रेमाने स्पर्श करावा आणि जवळ घेऊन म्हणावं...

"तू किती सुंदर आहेस..! माझं तुझ्यावर प्रेम आहे..!"

बस. इतक्याशा स्पर्शाने आणि बोलण्यानेही ती तृप्त झाली असती. पण तेही सुख तिच्या नशिबी नव्हतं. तिने पुन्हा एकदा तो असल्याची कल्पना केली आणि ती उशी आपल्या मिठीत घट्ट दाबून घेतली आणि तशीच पडून राहिली.

तोच दारावरील बेल वाजली. तशी तिच्या मनाला हुरहूर लागली. ती आता तो आला म्हणून रोमांचित झाली. तिची कानशिलं तापली होती. तिच्या शरीराचा रोम रोम त्याच्या स्पर्शासाठी उत्तेजित झाला होता.

तिने आपल्या मिठीतील उशी बेडवर फेकली आणि त्याला मिठीत घेण्यासाठी ती दाराकडे आनंदाने धावली होती.

आता तिने दरवाजा उघडताच तिला त्याच्याकडे पाहून धक्काच बसला.

आणि... तिला आठ दिवसांपूर्वीच्या रात्रीची घटना आठवली...

त्या दिवशीही ती रात्री अशीच जागी होती. त्याची वाट पाहत होती.

रात्री बऱ्याच उशिरा तिच्या घराच्या दारावरील बेल वाजली. तसा तिने दरवाजा उघडला. तिच्यासमोर तिचाच नवरा उभा होता.

तिला दारूचा भपका आला तसा तिने पदर नाकाला लावला. तो दारू पिऊन आला होता. तो अजूनही झिंगत होता. तो थकलेला वाटत होता. तरीही तिने त्याला प्रेमाने आत घेतले. अशा परिस्थितीत त्याच्यावर राग करून काही उपयोग नव्हता.

ती त्याला काळजीच्या सुरात म्हटली...

"किती उशीर झाला आहे बघा..! काही जेवायला देऊ का गरम करून..?"

पण तो दारूच्या नशेत होता. त्याने तिला दूर ढकलून दिलं होतं आणि बेडवर जाऊन उताणा पडला होता.

तिला त्याच्या अशा वागण्याचं वाईट वाटलं आणि तिच्या डोळयात पाणी भरून आलं होतं. जसा अवकाळी पावसाने आंब्याच्या झाडाला आलेला बहर गळून पाडवा तसा तिच्या मनाला आलेला प्रेमाचा मोहोर एका क्षणातच गळून पडला होता.

तिने दरवाजा बंद केला आणि ती त्याच्यामागे बेडरूममध्ये गेली. तिने त्याच्याकडे पाहिलं तर त्याला कसलीच शुद्ध नव्हती. त्याचे केस विस्कटलेले होते. त्याचा शर्ट चुरगळलेला होता.

त्याच्या शर्टवर कुठे कुठे कुंकू आणि लिपस्टिकचे डाग पडलेले तिला दिसले. आणि तिला कळून चुकलं की आजही हा कुठेतरी आपलं तोंड काळं

करून आलेला आहे. तो तृप्त होऊन आला होता आणि ती मात्र घरी तशीच अतृप्त मनाने जळत होती.

तिला वाईट वाटलं आणि तिच्या तोंडून हुंदका बाहेर पडला. ती असहाय होऊन तशीच बेडच्या किनाऱ्यावर बसून राहिली होती. तिने पुन्हा एकदा त्याच्याकडे पाहिलं. त्याला अद्यापही कसलीच शुध्द नव्हती.

तो पुरुष होता. तो काहीही करायला मुक्त होता. त्याला समाज आणि चारित्र्याचं बंधन नव्हतं. तो सर्व काही करून तृप्त मनाने झोपला होता.

ती मात्र एक स्त्री होती आणि तिला समाजाचं बंधन होतं. तिला चारित्र्याचं बंधन होतं. महत्वाचं म्हणजे तिच्यावर तिच्या मनाचं बंधन होतं. त्यामुळे ती मात्र अतृप्त मनाने जळत होती.

तिने बेडरूमचा लाईट बंद केला आणि ती बेडवर पडली. तो तिच्याच शेजारी घोरत पडलेला होता. तिने नाईलाजाने पुन्हा एकदा ती फेकलेली उशी आपल्या कुशीत घेऊन तिला आपल्या अश्रूंनी ओली करत झोपायचा प्रयत्न करत होती. पण तिला झोप येत नव्हती. ती अशीच कितीतरी वेळ जागीच होती.

अशा कितीतरी रात्री तिने जागूनच काढल्या होत्या. ती रात्रही त्याला अपवाद नव्हती.

आजच्या रात्री ती जागीच होती. आजही मध्यरात्र उलटून गेली तशी तिच्या घराच्या दारावरील बेल वाजली.

“आला वाटतं माझा नवरा.. दारूने झिंगत आणि कोण्या मुलीची सोबत...!”

तिला त्याच्यापुढे विचार करावासा वाटत नव्हता. ती तशीच दरवाजा उघडायला उठली.

तिला त्याची अवस्था माहिती होती आणि तिने नेहमीप्रमाणे दुःखी मनाने दरवाजा उघडला.

पण आज मात्र त्याला पाहून तिला आश्चर्यच वाटलं.

तो तिच्या समोर उभा होता. तो थकलेला होता पण त्याचा चेहरा प्रसन्न होता. दारूच्या वासाऐवजी स्प्रेचा सुंदर सुगंध येत होता. त्याचे कपडेही व्यवस्थित होते. त्याच्या चेहऱ्यावर हास्य होतं.

आज पूर्वेला उगवणारा सूर्य पश्चिमेला कसा काय उगवला याचं तिला आश्चर्य वाटत होतं. तिने स्वतःच्याच हाताला चिमटा घेऊन पाहिला.

त्याने ते पाहिलं आणि तो हसला आणि तिला म्हटला...

"हे सर्व स्वप्न नाही. सत्यच आहे..!"

तशी ती आनंदाने हसली आणि त्याच्याकडे कौतुकाने पाहत राहिली.

"मी चुकत होतो. तू कोणतीही तक्रार न करता सहन करत राहिलीस. तुझा चेहरा दुःखी दिसायचा पण कधीही तुझ्या चेहऱ्यावर मला राग दिसला नाही. मला तू माफ कर..!"

तिला कळत नव्हतं की त्याच्यात आज कसा काय बदल झाला आहे. तिच्या चेहऱ्यावर पडलेलं प्रश्नचिन्ह त्याला दिसलं. तसा तो तिला म्हटला...

"ज्या मुलीकडे मी जात होतो. तिनेच आज संध्याकाळी मला माझ्याकडे पैसे नाहीत म्हणून हाकलून दिलं. जिच्यावर मी खूप प्रेम केलं तिनेच मला असं अपमानित केलं होतं.

त्या गोष्टीचा माझ्या मनाला धक्काच बसला आणि त्याच क्षणी मला तुझी आठवण झाली. मी तुझा किती अपमान केला हेही मला आठवलं.

तू माझ्यावर जीवापाड प्रेम करते पण मी तुझं प्रेम झिडकारून तुला अपमानित करत होतो. त्यावेळी तुझ्या मनाला किती यातना होत असतील

याची जाणीव मला प्रकर्षाने त्यावेळी झाली.

आणि मी तसाच बाजारात गेलो. ती माझ्याकडे असलेली दारूची बाटली पुन्हा त्या दुकानात परत केली आणि आलेल्या पैशातून तुझ्या आवडीचा स्प्रे घेतला आणि तुझ्यासाठी हा मोगऱ्याचा गजरा आणला आहे. हे सर्व मी घेतलं पण तुझ्यासमोर यायची मला हिंमत होत नव्हती. मग असाच रस्त्याने फिरत राहिलो आणि आता रात्री उशिराच जरा हिंमत करून घरी आलो.

मला जाणवलं की वाईट गोष्टी करणाऱ्याला कसली भीती नसते पण वाईट गोष्ट करणाऱ्याला चांगली गोष्ट करताना भीती वाटत असते. त्याला लाज वाटत असते. तसं काहीसं माझं झालं आहे. मी आता खरंच प्रॉमिस करतो की मी चुकीचं वागणार नाही."

आणि एवढं बोलून त्याने आपल्या खिशातून ती स्प्रेची बाटली आणि तो गजरा काढून तिच्यासमोर धरला.

तिच्या डोळ्यात अश्रू दाटलेले होते. कितीतरी दिवसांनी तिचं प्रेम... तिचा हक्क तिला मिळणार होता. ती त्याच्या प्रेमाने मिठीत शिरली. त्यानेही प्रेमाने तिला आपल्या जवळ घेतलं.

ती आता प्रेमकथेतील नायकाचं आभासी प्रेम नाही तर तिच्या नवऱ्याचं प्रेम अनुभवत होती.

तिची रात्रही आता सुंदर रंगणार होती. याची अनुभूती तिला त्याच्या मिठीत येत होती.

❑❑

२४

प्रेमाचा गुलकंद

"कधीतरी बायकोचं मन समजून घ्यावं..! काय माणूस आहे हा..! सकाळी लवकर उठायला काय होतं..! किती कामं रेंगाळतात..! कधी तरी नवऱ्याने बायकोला समजून घ्यावं. असं वाटतं. पण बायकोला समजून घेईन तो नवराच कसला..?"

नवऱ्याच्या या आळसाचा तिला राग आला होता आणि त्या रागात ती बडबडत होती.

"या पुरुषांना आपल्या बायकोची काही काळजीच नसते. ती करत असलेल्या कामाचीही जाणीव नसते. ती सकाळपासून मर मर कामं करत असते आणि हे पुरुष मात्र मस्तपैकी उशिरापर्यंत बेडमध्ये लोळत पडलेले असतात.

त्यांना कधीतरी ऑफिसच्या त्यांच्या कामातून सुटका मिळते. पण घरातील स्त्रीला तर कधीच सुट्टी नसते. अगदी सर्वांच्या सुट्टीच्या दिवशीही तिला सुट्टी नसते. उलट सुटीच्या दिवशी तर अधिकच कामं असतात. त्या सुटीपेक्षा ऑफिस परवडलं असं वाटतं.

ऑफिसमध्ये जागच्या जागी चहा मिळतो. सुटीच्या दिवशी घरी असूनही चहा वेळेवर प्यायला मिळत नाही. तो चहाही स्वतःच करायचा पण यांच्या उठण्याची वाट बघत बसायची. सकाळी सहा वाजता उठूनही चहा मिळतो तो साडे नऊ वाजता..!"

असा विचार करून ती वैतागली होती.

आणि त्यामुळेच ती सकाळीच तिच्या नवऱ्यावर चिडली होती. ती सकाळीच उठली होती आणि तो बेडमध्ये लोळत पडलेला होता. तिने रागाने त्याच्याकडे पाहिलं. त्याने शांतपणे तिच्याकडे पाहिलं पण तो काही बोलला नाही.

तिचे केस विस्कटलेले होते. तिच्या चेहऱ्यावर राग दिसत होता. ती चिडल्याने लालबुंद झालेली होती. ती त्याला त्या रागातही सुंदर दिसत होती.

"किती सुंदर दिसत आहेस..! थोडा वेळ माझ्याजवळ बस ना..!"

त्याने तिचा हात धरून बेडमध्ये ओढायचा प्रयत्न केला. पण तिने त्याचा हात झटकला आणि तशीच तण तण करत निघून गेली. मला कामाचं टेन्शन आहे आणि याला आता प्रेम सुचत आहे. या विचाराने तिला अधिकच राग आला होता.

तिला त्याचा राग आला होता. त्यामुळे तिने आपला राग बेडरूमच्या दरवाजावरही काढला आणि तिने बाहेर जाताना बेडरूमचा दरवाजा जोरात बंद केला. त्या आवाजाने आणि तिच्या त्राग्याने त्याची झोपच उडाली.

सकाळपासून तिची चिडचिड होत होती. आज तिलाही उठायला थोडा उशीरच झाला होता. त्यामुळे ती वैतागली होती.

ती एका आय. टी. कंपनीत नोकरीला होती आणि "वर्क फ्रॉम होम" करत होती. ती घरूनच ऑफिसचं काम करत होती. त्यामुळे घरातील आणि ऑफिसमधील कामांचा बोजा तिच्या एकटीवरच पडलेला होता. त्या कामाच्या टेन्शनमुळे तिला काही सुचत नव्हतं. तिला राग यायचा आणि मग ती त्रागा करत राहायची.

सकाळी लवकर उठून ती कामं आटोपत असे. पण आठ दिवस झाले तिला कंपनीच्या कामातून वेळच मिळत नव्हता. त्यात तिचा नवरा उशिरा

उठत असे. मग त्याची चहा, त्याची आंघोळ होत असे. त्यात तिला अडकून राहावं लागत असे. कितीदा ती त्याच्या नावाने ओरडत असे.

"अरे... लवकर उठत जां ना..! मला आता कामाचा भरपूर लोड आहे. त्यात तुझी कामं करावी लागतात..!"

"त्याला काय होतं..! तू तुझं काम करत जा. मी करेन माझं माझं..! तू चिंता करू नको..!"

असे मतभेद होऊन त्यांचं भांडण सुरू व्हायचं. पण तिला वेळ नसल्याने ती राग मनात धरून काम करत राही. पण त्याला कधी लवकर उठणे जमत नसे. तो उशिराच उठत असे. त्यामुळे वॉशिंग मशीन लावायला उशीर होत असे. त्यात चहालाही उशीर होत असे आणि मग सर्वच कामं रेंगाळत रहात. अशी रेंगाळलेली कामं तिला आवडत नसतं.

तो उठून गेल्यावरही त्याची कामं तिला करावी लागत होती. त्याची चोळामोळा झालेली चादर तशीच राहत असे. त्याचा बेडही तसाच अस्ताव्यस्त असे. डोक्याखाली घ्यायच्या उशा तशाच अर्ध्यातून मोडून पडलेल्या असतं. तो त्या चादरी नीट करत नसे की त्या चादरी व्यवस्थित करत नसे. असा सर्व अव्यवस्थितपणा पाहिला की तिला राग येत असे.

"अरे... तुझी चादर तरी नीट करत जा..! किती कामं मीच करू..! थोडी तर मदत करावी या माणसाने..!"

हा असा सर्व पसारा पाहून ती चिडून जात असे. ती चिडचिड करत असे पण त्याच्यात काही बदल होत नव्हता.

तिला दिवस रात्र कंपनीचे काम असे आणि त्यात घरातील कामं असत. त्यासाठी तिला मध्ये मध्ये उठ बस करावी लागत असे. तिचं ना कामात चित्त ना घरातील कामात चित्त अशी तिची विचित्र अवस्था होत असे. यामुळे ती अशी वैतागून जात होती.

तो उशिरा उठून मग हळूहळू आपली कामं करत असे. कधी दाढी करत बसे. कधी पेपर वाचत बसे. कधी टीव्ही बघत बसे. कधी कोणाशी फोनवर बराच वेळ गप्पा मारत बसे. त्यात त्याच्या आंघोळीसाठी काढलेलं गरम पाणी थंड व्हायचं. मग पुन्हा नवीन गरम पाणी काढत बसे आणि त्यात मग अजूनच उशीर होत असे.

बरं..! कधी त्याची आंघोळ लवकर झाली. तर त्याची आंघोळ झाल्यावर तो टॉवेल तसाच बेडवर टाकून जात असे. त्याचे ओले कपडे तसेच बाथरूममध्ये पडलेले राहत. त्याची नाश्त्याची प्लेट, चहाचे कप तसेच पडलेले रहात.

ती कसाबसा वेळ काढून ही कामं करत असे आणि स्वयंपाकही करून ठेवत असे. तिचं जेवणही तसेच काम करता करता होत असे आणि हा मात्र सर्व कामं आरामात करत बसे.

त्यामुळे तिचं त्याच्याशी भांडण होत असे. अगदी क्षुल्लक कारणांनी त्यांच्यात मतभेद होत असतं.

काल रात्री ती खूप उशिरापर्यंत काम करत होती. त्यामुळे तिला सकाळी उठायला उशीर झाला होता. सर्व कामं तशीच रखडलेली होती आणि सकाळी सकाळीच तिची मीटिंग लागल्याने तिला काही करायला वेळच मिळाला नाही. सकाळी उठल्यापासून ती त्या लॅपटॉपमध्ये डोकं घालून बसली होती.

तिच्या ऑफिसच्या त्या कामाच्या प्रेशरमुळे तिला बाकीच्या इतर कामांचा विसरच पडला होता. त्या कामात ती हरवून गेली होती. तिने ना चहा ना नाश्ता घेतला होता.

दुपारी दोन वाजता तिचं काम पूर्ण झालं तशी तिने आपली मान वर केली. ती थोडी रिलॅक्स झाल्याने तिला भुकेची जाणीव झाली. तिच्या पोटात कावळे कोकलत होते. आता स्वयंपाकाचं बघावं लागेल असा विचार करत तिने लॅपटॉप बंद केला आणि आता ती उठणार तोच तिचा नवरा तिच्या

खोलीत आला. त्याच्या हातात ताट होतं. त्याने ते ताट टेबलवर ठेवले.

तिने पाहिलं तर त्या ताटात त्याने जेवण बनवून आणलं होतं. ते जेवण तसे कच्चे पक्केच होते. पण तिच्या आवडीचे होते. तिला ते पाहून गहिवरून आलं. तिचे डोळे भरून आले होते.

तिने झटकन त्याला मिठीच मारली. ते ताट पाहून तिला आपलं पोट भरल्यासारखं वाटत होतं. आता तिचं मनही त्याच्या मिठीत तृप्त होत होतं.

सकाळी झालेले मतभेद दुपारपर्यंत संपलेले होते. दोघेही प्रेमाने एकमेकांस भरवत जेवण करत होते.

तिच्या मनात विचार आला...

"काय माणूस आहे..! न बोलताच किती प्रेम करतो बायकोवर..! माझा लाडाचा नवरा..!

पुरुष हे असे समुद्रसारखे असतात. कधी त्यांच्या प्रेमाला भरती येईल आणि कधी त्यांच्या प्रेमाला ओहोटी लागेल हे काहीच सांगता येत नाही. म्हणूनच तर म्हटलं जातं की पुरुष ते पुरुषच..!

सकाळी माझ्याकडे दुर्लक्ष करणाऱ्या नवऱ्याचं आता मात्र प्रेम उतू जात आहे. अगदी फुल गॅसवर तापवलेल्या दुधासारखं..!"

आता ती दोघं प्रेमानं एकमेकांना घास भरवत होती. त्याचा घास हा प्रेमाचं मेतकूट होतं आणि तिचा घास हा प्रेमाचा गुलकंद होता.

आता ती दोघं प्रेमानं... प्रेमाचं मेतकूट खात होती की प्रेमाचा गुलकंद..? ते मला माहीत नाही पण त्यांच्यात सकाळी असलेला मतभेद तर दुपारी तोंडी लावायलाही उरला नव्हता.

उरला होता तो फक्त प्रेमाचा गुलकंद..!

❑❑

२५

पुरुष ते पुरुषच..!

"स्त्री ही एक भोगवस्तू आहे..! असं ज्या पुरुषांना वाटत असतं त्यांना स्त्री कळलेली नसते आणि ते स्त्रीचं मन कधीच समजून घेऊ शकत नाही..!"

असं तिला वाटत होतं आणि सर्वच पुरुष असेच असतात. असाही तिचा गैरसमज होता. पण काल तिला वेगळाच अनुभव आला. तशी ती सुखावली.

काल घडलेल्या सर्व घटना तिला आठवल्या...

सकाळी ती आपली तयारी करून ऑफिसला निघाली. रात्री तिला झोपायला उशीर झाल्याने सकाळी उठायला जरा उशीरच झाला होता.

त्यात तिच्या चार दिवसांपैकी पहिलाच दिवस होता. त्याचा त्रास तिला जास्त होता. त्यामुळे तिला जरा थकल्यासारखं वाटत होतं. तिने आपल्या हातातील घड्याळ पाहिलं. खरंच तिला उशीर झाला होता.

तिला ऑफिसला उशीर झाला म्हणजे तिच्या साहेबाला तिला छळण्याची संधीच असते.

"आपल्याला जर ऑफिसला उशीर झाला तर..!"

या विचारानेच ती घाबरली आणि झपाझप पाऊलं टाकत ती बसस्टॉपकडे निघाली.

तिच्या डोक्यात तेच ऑफिसचे विचार चालू होते आणि मागच्या

महिन्यात तिला ऑफिसला जायला असाच उशीर झाला होता. त्या दिवसाचे विचार तिला आताही छळत होते.

आता ती धावत पळत ऑफिसला पोहोचली. तरी तिला ऑफिसला पोहचायला दहा मिनिटे उशीर झाला होता. पण ती ऑफिसला पोहोचली आणि तिने थोडा दम घेतला न घेतला. तोच शिपायाने तिला साहेबांचा निरोप दिला.

"मॅडम... तुम्हाला साहेबांनी बोलावलं आहे..!"

त्याच्या निरोपाने ती हादरली. तिचे पाय लटपटले. तिने आपल्या हातातील बॅग तशीच आपल्या टेबलवर टाकली आणि तशीच साहेबाच्या कॅबिनमध्ये गेली.

त्याच्या कॅबिनमध्ये शिरताना तिला मागची घटना आठवली...

त्या दिवशीही ती तशीच ऑफिसला उशिरा पोहोचली होती. त्यावेळीही त्याने तिला केबिनमध्ये बोलावून घेतलं होतं.

"तुला यायला का उशीर झाला आज..?"

म्हणून तिची उलट तपासणी केली. तिला विनाकारण नको ते प्रश्न विचारलेब आणि त्यानंतर तिला तंबी भरली होती.

"वेळेवर यायला जमत नसेल तर नोकरी सोडून दे..! मी असे कोणाचे लाड खपवून घेणार नाही..!"

तिने त्यांच्या चिडण्याला शांतपणे उत्तर दिलं...

"पण सर..! मला आजच पहिल्यांदा उशीर झाला आहे. नाहीतर मी वेळेच्या आधी हजर असते."

तिला तिच्या मनातील बोलायचं होतं की इतर पुरुष सहकारी तर नेहमी उशिराच येतात. त्यांना तुम्ही काही बोलत नाहीत आणि मी एक स्त्री म्हणून

मला इतक्या गोष्टी ऐकवत आहात.

पण ती काहीच बोलू शकली नाही. त्याने आणखी दुसरं काहीतरी कुभांड रचलं असतं.

"सॉरी सर..! यापुढे ऑफिसला उशीर होणार नाही. याची मी काळजी घेईन."

असं म्हणून तिने त्याची माफी मागितली.

इतकं सगळं झाल्यावरही त्याने तिला त्याच्यासमोर कामाच्या निमित्ताने बसवून ठेवलं होतं.

त्याच्या समोर बसून तिला अवघडल्यासारखं झालं होतं. पण त्याने तिला कडक शब्दात सांगितलं होतं...

"हे काम पूर्ण झाल्याशिवाय येथून हलायचं नाही..!"

ती तेथेच काम करत बसली आणि तो तिला न्याहाळत राहिला. इतकं करूनही त्याचं मन भरलं नव्हतं म्हणून...

"ती काय करते आहे..?" हे पाहण्याच्या निमित्ताने तिच्या शेजारी येऊन उभा राहत होता.

काहीतरी सांगण्याच्या बहाण्याने तो तिच्या हाताला आणि खांद्याला स्पर्श करायचा प्रयत्न करत होता. पण ती आपलं शरीर आकुंचित करून बसली होती. आपला हेतू साध्य होत नाही हे पाहून तो तिच्या कामात चुका काढून तिला मानसिक त्रास देत होता.

कितीतरी वेळ त्याने तिला तसं अडकवून ठेवलं होतं. त्यानंतर बऱ्याच उशिराने ती कॅबिनमधून बाहेर गेली. तशी ती फारच त्रासून गेली होती. तिच्या मनात एकच विचार होता...

"काय मेले पुरुष आहेत..! याला आई बहिणी नाहीत का..! नुसता

बायांना छळतो.. कुत्रा..!"

ती कॅबिनमधून बाहेर पडली तर बाहेर बसलेले तिचे पुरुष सहकारी तिच्याकडे संशयाने पाहत होते. कारण त्याचा असा विचित्र स्वभाव सर्वांनाच माहिती होता.

तिथे बसून बसून ती थकून गेली होती. त्याच्या बोलण्याचा मानसिक त्रास तिच्या चेहऱ्यावर दिसत होता. सकाळी चोपून चापून ठेवलेले तिचे केसही विस्कटलेले होते.

तिला तसं पाहून त्या पुरुषांचा संशय अधिकच गहिरा होत होता. तिने पटकन आपले केस सावरले आणि तोंड धुवायला आणि फ्रेश व्हायला वॉशरूममध्ये गेली होती.

ती वॉशरूममधून परत आली तर तिला अश्लील कॉमेंट्स ऐकू आल्या.

"आज साहेबांनी बरीच मजा केलेली दिसते आहे..!"

"फक्त वरवरची मजा रे..!"

"तरीपण जाम थकवून टाकलं रे तिला..!"

"आयला..! लकी आहे साहेब..! चांगलं पाखरू पाहून त्याला जाळ्यात घेतोच की..!"

पण तिला पाहताच सर्व जण गप्प बसले. या त्यांच्या संशयाने ती अधिकच दुःखी झाली.

"या पुरुषांना स्त्री कधी समजणारच नाही. एका स्त्रीचं मनही त्यांना कळणारच नाही. त्याने आपल्या स्वार्थासाठी मला कॅबिनमध्ये थांबवून ठेवलं. पण मी त्याच्या जाळ्यात अडकले नाही आणि त्याला स्पर्शही करू दिला नाही.

त्याच्यात आणि माझ्यात काहीच वावगं असं घडलं नाही. तरीही या

बाहेर बसलेल्या पुरुषांना मात्र आत काय घडलं असेल. याचं काल्पनिक विकृत चित्र त्यांच्या मनात तयार झालेलं आहे.

"स्त्रीचं दुर्दैव..! दुसरं काय..?"

त्यानंतर ती कधीही ऑफिसला उशिरा गेली नव्हती. पण आज मात्र ती वेळ पुन्हा तिच्यावर आली होती. ती घाबरलेली होती. पण मनाच्या हिंमतीने ती कॅबिनमध्ये शिरली.

"मे आय कम इन सर..?"

असं म्हणून ती आत गेली. त्याने तिच्याकडे आणि तिच्या बोलण्याकडे दुर्लक्ष केलं. तसं तिला वाईट वाटलं. ती त्याच्यासमोर तशीच उभी राहिली.

"सर..! तुम्ही मला बोलावलं आहे का..? काही काम आहे का..?"

तसा तो उठला. तिच्याजवळ येऊन तिच्या खांद्यावर हात ठेवून तिला म्हटला...

"काम तर आहे..! पण जरा वेगळं..! तू माझं काम कर. मी तुझं काम करीन. मग तू उशिरा आलीस आणि काही चुकली तरी मी तुला सांभाळून घेईन."

त्याने तिचा खांदा हलकेच दाबला. तसा तिने त्याचा हात झटकला. ती काही बोलणार होती. तोच तिचा एक तरुण सहकारी कॅबिनमध्ये आला.

"तुम्ही जा मॅडम..! मी करतो साहेबांचं काम..!"

आणि पडत्या फळाची आज्ञा घेऊन ती पटकन तेथून निघून आली होती. तिची अशी सुटका झाली होती.

तिने बाहेर निघताना त्या तरुण सहकाऱ्याकडे पाहिलं तर तो तिला नजरेनेच आधार देताना तिला दिसला. तसं तिला खूप बरं वाटलं.

ती लगेच बाहेर आली आणि आता तिच्या विचारांची दिशाही बदलली

होती. तिला वाटत होतं की... सर्वच पुरुष एकच माळेचे मणी आहेत. ते सर्वच स्त्रियांना या ना त्या प्रकारे छळत असतात. पण आता मात्र तिला वेगळाच अनुभव आला होता.

"सर्वच पुरुष हे वाईट नसतात. त्यातील काही पुरुष चांगलेही असतात आणि त्यात माझ्या या तरुण सहकाऱ्यासारखे पुरुष स्वतःला जोखमीत टाकून स्त्रीला मदत करत असतात. पण असे पुरुष फार कमी असतात. हेही तितकंच खरं आहे."

तो आज तिच्या मदतीला देवासारखा धावून आला होता. त्यामुळे तिला खूप बरं वाटत होतं. आज कुणाच्याही नजरा तिला छळत नव्हत्या.

संध्याकाळी तिचं ऑफिस सुटलं तसा तो तरुण सहकारी तिला भेटला आणि तिला म्हटला...

"काही चिंता करू नका ताई..! आता तुम्ही निश्चिंत होऊन काम करत रहा. तुम्हाला आता कोणीच त्रास देणार नाही."

तिने त्याचे आभार मानले आणि त्याला आदराने हात जोडले. तसा तो हसतच निघून गेला.

तिला आता घरी जायचं होतं. ती धावत पळतच रेल्वे स्टेशनकडे धावत होती. ती आपल्याच गडबडीत धावत होती.

तोच तिला कोणीतरी पुरुष धडकला. तिने त्याला ' सॉरी ' म्हणायला त्याच्याकडे पाहिलं तर तो तिच्याकडे न बघताच तसाच पुढे निघून गेला.

याचा अर्थ तिच्या लक्षात आला होता की तो तिला धक्का मारण्याच्या उद्देशाने मुद्दामहून धडकला होता आणि तिला धक्का मारून निघून गेला होता. तिच्या ते लक्षात येताच तिची चिडचिड झाली. पण तिचा नाईलाज होता. ती चिडचिड करण्याव्यतिरिक्त काहीच करू शकत नव्हती. ती तशीच पुन्हा स्टेशनकडे धावली.

ती प्लॅटफॉर्मवर पोहोचली तशी तिची लोकल आली. ती लेडीज डब्यात चढायला धावली. तसे काही लंपट पुरुषही तिच्यासोबत तिच्याशी व इतर स्त्रियांशी धक्का बुक्की करत त्या डब्यात चढले.

तिला त्यांचा राग आला. ती रागाने त्यांच्यावर ओरडली सुध्दा..! पण तिच्या त्या ओरडण्याकडे कोणीच लक्ष दिलं नाही की कोणी तिच्या ओरडण्याची दखलही घेतली नाही.

प्रत्येकवेळी असंच घडतं..!

जर स्त्री आपल्यावर झालेल्या अन्यायाने रडत असेल किंवा ओरडत असेल तरी... हे पुरुष तिच्याकडे सोईस्कररीत्या दुर्लक्ष करतात. आणि आपला उद्देश साध्य करतात. आताही तसंच घडलं होतं.

“चांगले पुरुषासारखे पुरुष आणि लेडीज डब्यात का चढतात..? त्यांना लाज ही वाटत नाही..! बेशरम मेले..!”

तिने आपल्या मनातील राग मनातच काढला आणि तशीच चुपचाप उभी राहिली.

त्या गर्दीतही ती आपलं अंग चोरुन उभी होती. पण तिच्या शेजारच्या पुरुषाचा धक्का तिला लागतच होता. त्यामुळे तिला शारीरिक आणि मानसिक त्रास होत होता.

पण सांगणार कोणाला..? कोण ऐकणार होतं तिचं..?

असा विचार करून ती बाजूला सरकून उभी राहिली. पुढच्याच स्टेशनवर पोलीस चढले आणि त्यांनी त्या पुरुषांशी भांडून त्या सर्वांना खाली उतरवले. तसा तिने सुटकेचा निःश्वास सोडला. तिला जरा बरं वाटलं.

तिच्या आता लक्षात आलं होतं की... स्त्रीला पुरुषच त्रास देतात आणि तिच्या सहाय्याला कोणत्याही रूपाने पुन्हा सज्जन पुरुष येतात आणि तिला मदतही करून जातात. आताही या पोलिसांच्या रूपाने चांगल्या पुरुषाचं

दर्शन तिला झालं होतं.

तिचं स्टेशन आलं तशी ती खाली उतरली. आणि बसस्टँडकडे धावत गेली. संध्याकाळची वेळ म्हणजे बसस्टँडवर प्रचंड गर्दी..! आणि त्यात रिक्षांचा संप.

ती रांगेत उभी राहिली आणि बस यायची वाट पाहत राहिली. बस आली तशी पुन्हा एकच झुंबड उडाली. सर्वच रांग सोडून गाडीत चढत होते. तीही कशीबशी गाडीत चढली. ती बस खचाखच भरलेली होती. तिला बसायला जागाच मिळाली नाही. ती पुन्हा तशीच उभी राहिली.

त्या बसमधील गर्दीत लोटलोटी आणि धक्का बुक्की होत होती. तिलाही धक्के लागत होते. कोणाचे तरी नकोसे स्पर्श होत होते.

ती आता वैतागली होती. काय करावं ते तिला कळत नव्हतं. तिने इकडे तिकडे पाहिलं. कोणीतरी तिला बसायला जागा देईल या अपेक्षेने तिने पाहिलं. पण त्या पुरुषांच्या गर्दीत तिची नजर कोण समजून घेणार होतं..?

ती मान खाली घालून तशीच एका पायावर उभी होती. तोच एका कोपऱ्यातून आवाज आला.

"ताई..! तुम्ही इकडे बसा..! मी उभा राहतो थोडावेळ..! तुम्हाला तिथे त्रास होतो आहे ना..! या मग इकडे..!"

तो तरुण उभा राहिला आणि त्याने तिला बसायला जागा दिली. तिने त्याचे आभार मानले आणि त्याच्या जागेवर बसली.

तिथे बसताच बाहेरची थंड हवा तिच्या चेहऱ्यावर पडली. तशी ती जरा फ्रेश झाली. तिच्या मनात विचार आला...

"काही पुरुष किती दुष्ट असतात..! विनाकारण स्त्रीला छळत असतात. तिला त्रास देत असतात. पण त्यातही काही पुरुष किती समजदार असतात. स्त्रीला समजून घेऊन मदत करतात. या तरुणाने नाही का मला बसायला जागा

दिली आणि स्वतः उभा राहिला."

सर्वच नाही पण काही पुरुष तरी फार चांगले असतात. स्त्रीला माणूस म्हणून वागवतात. या विचाराने ती सुखावली होती.

ती आता घराकडे धावत होती. तिला बराच उशीर झाला होता. सर्वदूर अंधार झाला होता. दुकानांच्या लाईटांचा प्रकाश होता. स्ट्रीट लाईट तसे मिणमिणते होते. त्यांचा फारसा प्रकाश नव्हता.

रस्ताही व्यवस्थित दिसत नव्हता. त्यात दुपारी पाऊस पडून गेला असावा. कारण रस्त्यात चिखल झालेला होता. त्यात गाड्या गेल्याने रस्त्यातील चिखल अधिकच पच पच झाला होता. ती आपली रस्त्याच्या एका बाजूने जात होती.

रस्त्यातील चिखल चुकवत चुकवत चालत होती. जिथे पाणी साचलेलं होतं तिथे दगडावर पाय ठेऊन सावकाश जात होती. त्यामुळे तिला घरी जायला अजूनच उशीर होत होता.

त्यात एकजण बाईक जोराने चालवत मुद्दामहून तिच्या जवळून गेला. तसं घाणेरडं पाणी तिच्या अंगावर आणि तोंडावर उडालं होतं.

तिला त्याचा प्रचंड राग आला होता पण तो बाईकवाला मात्र मोठमोठ्याने हसत निघून गेला होता.

तिला वाईट वाटलं...

"रस्त्याने जातानाही स्त्री ही सुखासुखी चालू शकत नाही. कसे हे पुरुष आहेत..? दिसली स्त्री की छेड तिला आणि कसंही करून छळ तिला..! मी त्याचं काय घोडं मारलं होतं की तो मला असा चिखल पाण्याने भरवून निघून गेला.

कोणती स्त्री कोणत्या कामासाठी बाहेर जाते..? तिलाही बाहेर काही महत्त्वाचं काम असू शकतं. हे या पुरुषांच्या लक्षात कधी येणार..?

तिचं बाळ घरी तिची वाट पाहत असेल..! तिच्या घरचं कोणी आजारी असेल त्याला भेटायला दवाखान्यात जात असेल..! त्याची औषधी आणायला जात असेल..! तिला काहीतरी त्रास असेल..! कधी ती रजस्वला असेल माझ्यासारखी..!

अशी कितीतरी कारणं असतील की ज्यामुळे ती स्त्री घराबाहेर पडत असेल आणि अशा वेळी तिला असं घाणेरडे पाणी उडवून तिला त्रास देण्यात काय हशील आहे..? आणि त्यात काय मोठा पुरुषार्थ आहे..? त्यात त्यांचा विकृत आनंद असतो. कधी सन्मानाने वागवतील स्त्रीला हे पुरुष..?"

तिने आपली साडी झटकली. ती झटकत असताना चार पुरुष तिच्याकडे टक लावून बघत असलेले तिला दिसले.

तिची साडी ओली झाली होती. ती आपला पदर झटकत होती. त्याही परिस्थितीत त्यांना तिचं शरीर दिसत होतं. आणि ते तिचं ओल्या झालेल्या साडीतून तिचं शरीर पाहत होते. आणि वरून खी खी करून हसत होते.

स्त्रीचं दुर्दैव..! ती ना घरी सुरक्षित आहे ना रस्त्यावर..!

तिने साडीची थोडीफार झटका झटक केली. तोच अचानक पावसाला सुरुवात झाली. ती तशीच स्वतःला सांभाळत आडोशाला उभी राहिली. तिच्याजवळ छत्री नव्हती. पावसाने भिजू नये म्हणून तिथे थांबणंच योग्य होतं.

ती तशीच उभी राहून पाऊस थांबण्याची वाट पाहत होती. त्या आडोशा वरून पाणी टपटपत तिच्या अंगावर पडत होतं. ते पाणी तिला थोडं थोडं भिजवत होतं.

तिला अशी भिजलेली पाहून त्या चार पुरुषांच्या जोडीला अजून चार येऊन भेटले आणि ते सर्व मिळून तिच्याकडे हपापलेल्या नजरेने पाहत होते. तिला त्यांच्या त्या विषारी नजरांनी मेल्याहून मेल्यासारखं झालं होतं. पण तिचा नाईलाज होता.

तिला अशी ओलेती पाहून समोरचा दुकानदार तिच्याकडे आला आणि तिला म्हटला...

"ताई..! इकडे दुकानात येऊन रहा..! म्हणजे भिजणार नाही..!"

तिने त्याही परिस्थितीत त्याच्याकडे हसून त्याचे आभार मानले आणि त्याच्या दुकानात एका बाजूला स्टूलवर जाऊन बसली. तिने झटकन आपला मोबाईल काढला आणि तिच्या नवऱ्याला फोन करायचा प्रयत्न केला. पण छे..! त्याचा फोन लागत नव्हता.

कदाचित ढगाळ वातावरणामुळे त्याला फोन लागत नसावा असं तिला वाटलं. पण तिने पुन्हा पुन्हा त्याला फोन लावायचा प्रयत्न केला. त्याचा फोन लागला नाही. तिने चरफडतच फोन बंद करून आपल्या बॅगेत टाकला आणि शांत मनाने तेथे बसून राहिली.

बाहेर पावसाच्या सरी कोसळत होत्या. तिच्या मनातही विचारांच्या सरी कोसळत होत्या. तिला वाटलं... चार पुरुषांमध्ये एकतरी चांगला पुरुष असतो आणि तो स्त्रीला समजून घेतो. तिला मदतही करतो. या दुकानदारानेही मला बिकट परिस्थितीत मदत केली.

आता बराच उशीर झाला होता आणि तिला तेथे बसून घरची आठवण येत होती.

आता बराच उशीर झाला आहे. आता कधी मी घरी जाऊ आणि घरातील कामं आटपू..? घरातील स्वयंपाक कधी करू..? तोही घरी येऊन बसला असेल आणि मी कधी घरी येते याची वाट पाहत असेल. मी घरी उशिरा गेली म्हणून माझ्यावर संशयही घेईल.

"कुठे होतीस इतका वेळ..? मी कधीचा फोन लावतो आहे. पण तुझा फोनही लागला नाही. आणि तूही मला फोन केला नाहीस की यायला उशीर होईन म्हणून..!"

असं म्हणून तो चिडेल आणि तसाच ओरडत राहील.

"मी गेल्यावर स्वयंपाक करीन आणि मग तो जेवण करेन. तोपर्यंत तो फक्त टीव्ही बघत बसलेला असेल आरामात..!

त्याला माहिती आहे की मला या चार दिवसात खूप त्रास होतो. मला थकवा येतो. पण तो काही इकडची काडी तिकडे करणार नाही.

त्याला घरातील त्याच्या प्रत्येक कामासाठी बायकोच लागते. तो स्वतः कधी काही करत नाही. मला कितीही त्रास असला तरी त्याला लागणाऱ्या सर्व वस्तू जागच्या जागीच लागतात. तो स्वतः काही करणार नाही. आपल्या जागेवर बसून तो फक्त हुकूम सोडू शकतो. तेवढं एक काम तो व्यवस्थित करतो.

अखेर पुरुष आहे ना तो..! पुरुष हा महान आणि स्त्री ही दुय्यम..! आणि तिची कामंही दुय्यम..! कोणता पुरुष स्त्रीची ती कामं एखाद्या दिवशी तरी करेन..!

मी गेल्यावर भाजी आणि पोळ्या करेन. तो फक्त ते गरमागरम जेवण करेन आणि ताट बाजूला सरकवून पुन्हा टीव्ही बघत बसेल. त्याचं जेवण झाल्यावर मग मी त्या किचनमधील सर्व कामं आटोपत बसेन. किचनमध्ये सर्वच आवराआवर करेन. तोपर्यंत तो बेडवर जाऊन पडलेला असेल. तेथेही एकतर पेपर वाचत असेन किंवा एखादं पुस्तक झोपून वाचत असेल.

घरच्या खिडक्या बंद करणे... दार व्यवस्थित बंद करणे... आणि किचनमध्ये सर्व झाकाझाक करणे... सर्व लाइट्स बंद करणे अशी बरीचशी कामं मलाच पूर्ण करावी लागतात.

दुसऱ्या दिवशी पुन्हा ऑफिस असल्याने सकाळी कोणती भाजी करावी याची चिंताही आदल्या दिवशीच माझ्या डोक्याला असते. ती ठरवून आणि साफ करून ठेवावी लागते म्हणजे सकाळी जास्त धावपळ होत नाही.

बेडरूममध्ये जाताना त्याच्यासाठी पाण्याची बाटली घेऊन जावी लागते.

त्यानंतर बेडरूममध्ये गेल्यावर त्याची इच्छा पूर्ण करणं हे स्त्रीचं आद्य कर्तव्य आहे. त्याची इच्छा असेल तर तो हे चार दिवसही जुमानत नाही की आपली पाठदुखी समजून घेत नाही.

आपलं दुखणं इतकं महत्त्वाचं नाही त्याच्यासाठी..! त्याची इच्छा त्याला खूप महत्वाची आहे. पुरुष आपल्या अनावर इच्छेपुढे स्त्रीची इच्छा कुठे लक्षात घेतो..? त्याची तृप्ती झाली पाहिजे ही त्याची पुरुषी वृत्ती असते.

त्याला नकार दिला तर त्याचा पुरुषी अहंकार उफाळून येतो. त्यात तो मग एकतर तिच्यावर जबरदस्ती करतो नाहीतर तिच्याशी अबोला धरतो. पुरुषांकडे स्त्रीला छळण्याचे बरेच मार्ग असतात.

स्त्रीकडे तसे काही पर्याय नसतात. ती बिचारी त्याच्या प्रेमावरच अवलंबून असते. त्यामुळे त्याची जबरदस्ती म्हणा की त्याचा अबोला म्हणा तिच्या मनाविरुद्धच या गोष्टी होतात. तरी ती ते सारं सहन करते.

स्त्रीची इच्छा असेल आणि त्याची नसेल तरी तिला उपाशीच तळमळत राहावं लागतं. ती कोरडवाहू जमीन आहे. तिच्यावर पाऊस पडला तर ती आनंदी होते आणि नाही पडला तर ती तशीच तो उन्हाळा सहन करत राहते.

कोण जाणे आज त्याचा काय मूड आहे..? मी तर जाम थकून गेले आहे. पण त्याचा मूड असेल तर तो या पावसासारखा धो धो कोसळेल. त्यात माझी हाडं नि हाडं खिळखिळी होऊन जातील. त्यात या पावसानेही गोंधळ घातला आहे. आता काय करू मी..!"

या विचारात ती पडली होती.

"मॅडम..! पाऊस थांबेल असं काही वाटत नाही. तुम्हाला घरी जायला उशीर होईल. तुम्ही माझ्याकडे जी छत्री आहे ती घेऊन जा. तुम्हाला घरची पण कामं असतील ना..! जा मग लवकर घरी आणि ही घ्या छत्री..!"

तिला ती छत्री घ्यायला संकोच वाटत होता.

"पण तुम्ही कसे जाणार घरी या पावसात..?"

तो तिच्याकडे पाहून हसला आणि म्हटला...

"मी बघेन माझं..! मी घरी थोडा उशिरा गेलो तरी काही अडचण नाही. पण तुम्ही एक स्त्री आहात आणि मला माहिती आहे की स्त्रीला घरी किती कामं असतात. आणि दुसरं असं की अशा अंधाऱ्या रात्री बेरात्री एका स्त्रीने जास्त वेळ बाहेर थांबणंही बरं नाही. तुम्ही छत्री घेऊन जा आणि शांत चित्ताने घरी जा."

तिचाही नाईलाज होता. तिला घरी जाणं खूप महत्त्वाचं होतं. तिने त्याच्या हातातून छत्री घेतली.

"मी उद्या सकाळी ही छत्री आणून देईन."

असं म्हणून तिने त्याचे आभार मानले आणि त्याची छत्री घेऊन ती घराकडे निघाली.

"किती विचार करतो हा दुकानदार..! तशी त्याची माझी काहीच ओळख नाही. पण एक स्त्री अडचणीत आहे हे पाहून तो स्वतःच माझ्याकडे आला आणि त्याने मला मदत केली."

त्याची मतंही किती स्पष्ट आहेत. हेही तिला जाणवलं.

"तू एक स्त्री आहेस. तुला घरी कामं असतील हे मला माहिती आहे. मी पुरुष आहे. मी घरी थोडा उशिरा गेलो तरी काही फरक पडणार नाही."

असं तो म्हटला होता. ते काहीच चूक नव्हतं. माझी व्यथा त्याच्या लक्षात येऊन त्याने मला मदत केली होती.

स्त्रीची व्यथा त्याला कळली होती. तो परका असून माझं दुःख त्याला जाणवलं होतं. ते पाहून मनाला किती बरं वाटलं. नाही तर आपलीच माणसं

आपलं दुःख समजून घेत नाहीत. तेव्हा मात्र वाईट वाटतं आणि मनाला वेदना होतात.

आताही माझ्या नवऱ्याला माझ्या ह्या अवस्थेची कल्पना आहे किंवा नाही कोण जाणे..! पण त्याला माहीत असूनही काय मोठा फरक पडणार होता.

तो घरी राहूनही आणि त्याला हे कळूनही काही उपयोग नव्हता. त्याने काहीच केलं नसतं.

आणि आता मला उशीर झाला आहे. तरीही तो काहीच करणार नाही. नुसता बसून राहीन माझी वाट बघत आणि टीव्ही पाहत..! आणि त्याचं विशेष असं की प्रत्येक गोष्ट ही त्याच्या मर्जीने आणि इच्छेने करवूनच घेणार.

त्याने कधी घरातील कामं केलेली ही नाहीत. त्याला काही येतही नाही. काय तो पोळी भाजी करून ठेवेल..? ती कामं मलाच करावी लागतील.

त्या विचारात ती घरी कधी पोहोचली ते तिच्याही लक्षात आलं नाही. तिने दारावरील बेल वाजवली आणि तो कधी दरवाजा उघडतो ते पाहत उभी राहिली.

त्याने दरवाजा उघडला. त्याच्या एका हातात मोबाईल होता आणि त्यावर तो काहीतरी पाहत होता. त्याने तिच्याकडे पाहिलं आणि आपल्या हातातील मोबाईल झटकन बंद केला.

ती पार गळून गेलेली होती. तिची साडी ओली दिसत होती. ती थंडीने कापत होती. तिचा चेहरा उतरलेला होता. तिचे ओले केस कपाळाला आणि गालाला चिकटलेले होते. तिच्या साडीवर काळसर डाग पडलेले होते. तिचा तो म्लान चेहरा बघून त्याने आपल्या हातातील मोबाईल बाजूला टाकला आणि तिच्या हातातील छत्री व बॅग घेतली.

त्याने तिला आधार देत घरात घेतलं. तिला एका खुर्चीवर बसवलं आणि

तिला म्हटला...

"मी गरम पाणी काढून देतो. तू मस्त आंघोळ करून फ्रेश हो. गरम पाण्याने तुला जरा बरं वाटेल..! तोपर्यंत मी चहा ठेवतो."

त्याचं ते वेगळंच रूप बघून तिला आश्चर्याचा धक्काच बसला.

त्याने एका बादलीत गरम पाणी काढून दिलं आणि तिने जाऊन आंघोळ केली. ती बाथरूममधून बाहेर येताच तिला त्याने तिच्या हातात गरम चहाचा कप दिला.

त्याच्याकडे आणि त्या चहाच्या कपाकडे पाहून तिला गहिवरून आलं. तिचे डोळे अश्रूंनी ओले झाले.

"मी काय विचार करत होते आणि घरी मला काय पाहायला मिळालं..!"

तिला आपणच केलेल्या विचारांचं वाईट वाटत होतं.

"तू पण घे ना थोडा चहा..!"

आपल्या विचारांची दिशा बदलण्यासाठी ती त्याला म्हटली. पण लगेच तिच्या लक्षात आलं की तो कुठे चहा पितो. त्याला चहा आवडतच नाही. पण त्याने खास माझ्यासाठीच चहा केला होता. तिने चहा घेतला तसं तिला बरं वाटलं. तिचा अर्धा थकवा तर नवऱ्याच्या समजदार वागणुकीने गेला होता.

तशी ती पटकन उठत म्हटली...

"चल..! मी पटकन भाजी पोळ्या करते. वीस मिनिटात आपण जेवायला बसू. मलाही खूप भूक लागली आहे. तुलाही भूक लागली असेल. आज खूप उशीर झाला आहे."

तसा तो तिच्याकडे पाहून हसला आणि तिला जवळ घेत म्हटला...

"मॅडम..! उस काम के लिये ये बंदा हाजिर है..! आपण जेवायला बसा.

गरमागरम जेवण तय्यार आहे."

आता ती थक्कच झाली.

आणि त्याच्याकडे आश्चर्याने पाहत ती म्हटली...

"म्हणजे..? मला नाही कळलं..!"

तिला उत्तर देण्याच्या भानगडीत तो पडला नाही. तो सरळ किचनमध्ये गेला आणि जेवणाची दोन ताटं घेऊन आला.

त्यातील एक ताट त्याने तिच्यासमोर ठेवलं आणि एक स्वतःसाठी घेतलं.

"थोडं कच्च पक्क असेल. पण ते समजून घे..! मी व्हॉट्स ॲपवर आलेली रेसिपी ट्राय केली आहे."

तिला धक्क्यावर धक्के बसत होते. तिच्या चेहऱ्यावर आश्चर्य आणि प्रश्नचिन्ह पाहून तो तिला म्हटला...

"आतापर्यंत मी माझ्या मनाप्रमाणे वागत होतो. कधी तुझा विचार केला नाही. तुझ्या मनाला काय वाटत असेल याचाही मी कधी विचार केला नाही.

आज आमच्या ऑफिसमध्ये एक प्रोग्राम झाला. त्यात "आपला जोडीदार आणि त्याची मानसिकता" या विषयावर एक चर्चासत्र झाले आणि त्यात सर्वांनी आपापले अनुभव सांगितले.

त्या वरिष्ठ लोकांच्या अनुभवाने माझ्या डोक्यात प्रकाश पडला. आणि तेथे ते अनुभव ऐकता ऐकता मला तुझी आठवण झाली आणि माझे डोळे भरून आले. मी करत असलेल्या चुका माझ्या लक्षात आल्या.

आणि माझा हा असा नवा जन्म झाला..! माझा पुनर्जन्म झाला..! आता तुला माझ्या अशा वागण्याचं आश्चर्य वाटायला नको.

पोळ्यांचे नकाशे झाले आहेत. माझी पहिलीच वेळ होती ना पोळ्या लाटायची..! म्हणून जरा खूप मेहनत करावी लागली. पण भाजी कशी झाली

आहे..? तू यायच्या आधी स्वयंपाक पूर्ण करायचा होता ना..! तुला सरप्राईज देण्यासाठी..!"

तिला हे सरप्राइज खूपच आवडलं होतं.

त्याने केलेल्या जेवणाने तिचं पोट तृप्त झालं होतं आणि त्याच्या अशा प्रेमाने तिचं मनही तृप्त झालं होतं.

ती बेडवर पडली आणि तिच्या मनात विचार आला...

"या जगात जशी वाईट माणसं आहेत तशी चांगली सुध्दा माणसं आहेत. जरा संख्येने कमी असतील पण आहेत आणि म्हणूनच हे जग अजूनही सुंदर आहे.

तसंच पुरुषाचंही आहे..!

प्रत्येकवेळी "पुरुष ते पुरुषच..!" असं म्हटलं जातं. पण प्रत्येक पुरुष काही वाईट नसतो आणि प्रत्येकवेळी पुरुष वाईट वागेलच असंही नाही. या जगात चांगल्या विचारांचे पुरुषही आहेत.

ते पुरुष स्त्रीला माणूस म्हणून आदर देतात. तिला आणि तिच्या व्यथाही समजून घेतात. तिला योग्य वेळी योग्य ती मदतही करतात. प्रत्येकवेळी पुरुषच दोषी असतात असंही नाही. काही पुरुष असहाय स्त्रीचा फायदा घेतात. तिच्यावर अत्याचार करून तिला छळतात. पण अशा पुरुषांची संख्या कमी आहे.

काही नवरे तर आपल्या बायकोवर चारित्र्याचा संशय घेऊन तिला त्रास देत असतात. असंही घडतं..! पण म्हणून प्रत्येक नवरा वाईटच असतो असं आपण म्हणू शकत नाही.

तसंच या पुरुषाचंही आहे..!

कधी हे पुरुष स्त्रीचं मन समजून घेतात आणि तिला मदत करतात तर

कधी तिला समजूनही घेत नाहीत की तिला मदतही करत नाहीत. म्हणूनच म्हटलं जातं की...

"पुरुष ते पुरुषच..!"

ती असा विचार करत होती तोच तिच्या कमरेत त्याचा हात पडला. तसं तिने चमकून त्याच्याकडे पाहिलं.

"त्याची इच्छा झाली की काय आता..! आणि मी तर खूप थकले आहे. आणि माझी तर आता जराही इच्छा नाही..!

आतापर्यंत त्याने मला समजून घेतलं आणि आता त्याला काय झालं..? तो माझी व्यथा इतक्यात विसरला की काय..? हाच तर प्रॉब्लेम आहे या पुरुषांचा..! म्हणून म्हणतात ना... पुरुष ते पुरुषच..!"

त्या विचारानेच तिचे डोळे डबडबले. तिने त्याच्याकडे आपल्या डबडबलेल्या डोळयांनी पाहिलं. त्याने तिच्या पाठीवर हळुवार हात फिरवला आणि तिच्या डोळयात पहात तिला म्हटला...

"तू फार थकली आहेस. तू झोपून जा आता..!"

तिच्या डोळयातून ते अश्रू बाहेर ओघळले. आणि ती तिच्याही नकळत त्याच्याकडे वळली आणि हलकेच त्याच्या प्रेमाच्या मिठीत शिरली.

त्यानेही हलकेच मोरपीस फिरवावे तसा त्याने तिच्या गालावर हात फिरवला आणि तिच्या डोळयातून ओघळलेले अश्रू पुसले.

❑❑

समारोप

या कथा स्त्री पुरुष वाचकांना स्त्रीच्या समस्यांची प्रकर्षाने जाणीव करून देतील आणि मग वाचक स्त्री असो की पुरुष या समस्यांच्या बाबतीत गांभीर्याने विचार करतील असे वाटते. यातूनच जन जागृती होईल अशी आशा वाटत आहे.

स्त्री एक शक्ती आहे. तिला जर समजून घेतलं तर समाजात निश्चितच चांगले बदल घडतील. आपल्याला असं वाटतं की स्त्री आता बरीच स्वतंत्र झाली आहे. पण काही भागात स्त्रियांवर अद्यापही अनेक बंधनं आहेत. पुरुषांनी तिला व्यक्त होण्याची संधी दिली पाहिजे आणि स्त्री म्हणून तिची जबाबदारी घेतली पाहिजे. हाच विचार या कथांमधून रुजवण्याचा प्रयत्न केलेला दिसून येईल.

❑❑

www.ingramcontent.com/pod-product-compliance
Lightning Source LLC
LaVergne TN
LVHW040433051026
849517LV00002B/582
* 9 7 8 9 3 9 4 6 0 3 2 4 0 *